தப்பித்தால் தப்பில்லை

## கிழக்கு பதிப்பக வெளியீடுகளாக சுஜாதாவின் புத்தகங்கள்

21ம் விளிம்பு
24 ரூபாய் தீவு
6961
அப்பா, அன்புள்ள அப்பா
அப்ஸரா
அனிதா - இளம் மனைவி
அனிதாவின் காதல்கள்
அனுமதி
ஆ..!
ஆட்டக்காரன் சிறுகதைகள்
ஆதனிலால் காதல் செய்வீர்
ஆயிரத்தில் இருவர்
ஆர்யபட்டா
ஆழ்வார்கள்:ஓர் எளிய அறிமுகம்
ஆஸ்டின் இல்லம்
இதன் பெயரும் கொலை
இரண்டாவது காதல் கதை
இருள் வரும் நேரம்
இளமையில் கொல்
இன்னும் ஒரு பெண்
உள்ளம் துறந்தவன்
ஊஞ்சல்
எதையும் ஒரு முறை
என் இனிய இயந்திரா
என்றாவது ஒரு நாள்
ஐந்தாவது அத்தியாயம்
ஒரு நடுப்பகல் மரணம்
ஒரே ஒரு துரோகம்
ஓடாதே
ஓரிரவில் ஒரு ரயிலில்
ஓரிரு எண்ணங்கள்
ஓலைப்பட்டாசு
கடவுள் வந்திருந்தார்
கமிஷனருக்குக் கடிதம்
கம்ப்யூட்டரே ஒரு கதை சொல்லு
கம்ப்யூட்டர் கிராமம்
கரையெல்லாம் செண்பகப்பூ
கற்பனைக்கும் அப்பால்
கனவுத் தொழிற்சாலை
காயத்ரி
குருபிரசாத்தின் கடைசி தினம்
கை
கொலை அரங்கம்
சிங்கமய்யங்கார் பேரன்
சில வித்தியாசங்கள்
சிவந்த கைகள்
சிறுகதை எழுதுவது எப்படி?
சின்னச் சின்னக் கட்டுரைகள்
சொர்க்கத் தீவு
டாக்டர் நரேந்திரனின் விநோத வழக்கு
தங்க முடிச்சு
தப்பித்தால் தப்பில்லை
திசை கண்டேன் வான் கண்டேன்
தீண்டும் இன்பம்
தூண்டில் கதைகள்
தேடாதே
தோரணத்து மாவிலைகள்
நகரம் சிறுகதைகள்
நிர்வாண நகரம்
நில் கவனி தாக்கு
நில்லுங்கள் ராஜாவே
நிறமற்ற வானவில்
நிஜத்தைத் தேடி
நைலான் கயிறு
பதினாலு நாள்கள்
பத்து செகண்ட் முத்தம்
பாதி ராஜ்யம்
பாரதி இருந்த வீடு
பிரிவோம் சந்திப்போம்
ப்ரியா
மண்மகன்
மத்யமர்
மலை மாளிகை
மனைவி கிடைத்தாள்
மாயா
மிஸ் தமிழ்தாயே நமஸ்காரம்
மீண்டும் ஒரு குற்றம்
மீண்டும் தூண்டில் கதைகள்
மீண்டும் ஜீனோ
முதல் நாடகம் - நாடகங்கள்
மூன்றுநாள் சொர்க்கம்
மெரீனா
மேகத்தைத் துரத்தியவன்
மேலும் ஒரு குற்றம்
மேற்கே ஒரு குற்றம்
ரயில் புன்னகை
ரோஜா
வசந்த காலக் குற்றங்கள்
வாய்மையே சில சமயம் வெல்லும்
வாரம் ஒரு பாசுரம்
வானத்தில் ஒரு மௌனத்தாரகை
விக்ரம்
விடிவதற்குள் வா
விபரீதக் கோட்பாடு
விருப்பமில்லா திருப்பங்கள்
விரும்பிச் சொன்ன பொய்கள்
விவாதங்கள் விமர்சனங்கள்
விழுந்த நட்சத்திரம்
வைரங்கள்
ஜன்னல் மலர்
ஜீனோம்
ஜோதி
ஸ்ரீரங்கத்து தேவதைகள்

# தப்பித்தால் தப்பில்லை

சுஜாதா

கிழக்கு

*தப்பித்தால் தப்பில்லை*
Thappiththal Thappillai
by *Sujatha*
Sujatha Rangarajan ©

Kizhakku First Edition: September 2010
56 Pages

ISBN 978-81-8493-529-5
Kizhakku - 532

Kizhakku Pathippagam
177/103, First Floor,
Ambal's Building, Lloyds Road,
Royapettah, Chennai 600 014.
Ph: +91-44-4200-9603
Email : support@nhm.in
Website : www.nhm.in

Cover Image: Shutterstock

Kizhakku Pathippagam is an imprint of New Horizon Media Private Limited

This book is sold subject to the condition that it shall not, by way of trade or otherwise, be lent, resold, hired out, or otherwise circulated without the publisher's prior written consent in any form of binding or cover other than that in which it is published and without a similar condition including this the rights under copyright reserved above, no part of this publication may be reproduced, stored in or introduced into a retrieval system, or transmitted in any form or by any means (electronic, mechanical, photocopying, recording or otherwise), without the prior written permission of both the copyright owner and the above-mentioned publisher of this book.

# தப்பித்தால் தப்பில்லை

பாலகிருஷ்ணனைப் பாருங்கள். ஐந்தடி நாலங்குலம் உயரம். மெலிதான கரங்கள். தூரத்திலிருந்து பார்த்தால் பையன் போல இருப்பான். சன்னமான குரல். சாது. பிறர் வம்புக்குப் போக மாட்டான். தனக்குள் பேசிக்கொள்வான். தெருவில் கூட்டத்தைப் பார்த்தால் கிட்டத்தில் போய் விசாரிக்க மாட்டான். ஒதுங்கிப் போவான். அல்லது வேறு வழியில் போவான். அநாவசியமாக ஈ எறும்பைக் கூடக் கொல்ல மாட்டான்.

சாரதாவைக் கொல்லப் போகிறான்!

தன்னுடைய சிறிய அளவை ஈடு கட்டும் விதத்தில் பாலகிருஷ்ணன் நன்றாகவே படித்தான். இரண்டு, மூன்றாவது ரேங்குக்குக் குறைவாக வாங்கியதே இல்லை. தக்க சமயத்தில் படித்து, பாஸ் பண்ணி, வேலைக்கு மனு போட்டு, இரண்டு மூன்று வேலை கிடைத்து, மனசுக்குப் பிடித்தமான வேலையில் அமர்ந்து அப்பா அம்மா சொன்ன பெண்களையெல்லாம் விசுவாசமாகப் பார்த்து, சாரதாவைப் பிடித்துப் போய்க் கல்யாணம் பண்ணிக் கொண்டு, தேநிலவு சென்று திரும்பி வந்து, வீடு அமைத்து, பொருட்கள் சேர்த்து, இல்லறம் அமைத்து மூன்று வருஷம் கழித்துச் சிக்கல்!

## காட்சி 1

பாலகிருஷ்ணன் அலுவலகத்திலிருந்து திரும்பி வருகிறான். வீடு பூட்டி சாவி எதிர் வீட்டில். சாரதா எங்கே போயிருக்கிறாள் என்று தெரியவில்லை. ராத்திரி பத்தரை வரை காத்திருந்துவிட்டு யாரிடம் சொல்லலாம் என்று கவலைப்பட்டுக் கொண்டு இருக்கும்போது வருகிறாள். ஸ்லீவ்லெஸ் அணிந்து பாடிக் கொண்டே வருகிறாள்.

'எங்க போயிருந்த சாரதா? சொல்லிவிட்டுப் போயிருக்கலாம் இல்ல?'

'ஃப்ரெண்ட்ஸ் வீட்டுக்குப் போயிருந்தேன். எதிர் வீட்டில சொல்லிவிட்டுத்தானே போயிருந்தேன்?'

'எந்த பிரண்ட்?'

'பேர் சொன்னால் உங்களுக்குத் தெரியாது!'

'சொல்லேன்.'

'சுப்பலக்ஷ்மி. தெரியுமா?'

'தெரியாது.'

அவளிடமிருந்து செண்ட்டு வாசனை வருகிறது.

## காட்சி 2

வெளியூர் போய்விட்டுத் திரும்பும்போது ஆட்டோ கிடைக் காமல், கடைசி பஸ் பிடித்து மத்திக்கரையில் இறங்கி, குறுக்கே கடந்து, தூரத்தில் தன் வீட்டு ஜன்னல் விழித்துக் கொண்டிருப் பதையும் வாசலில் ஒரு ஜாவா வண்டி நிற்பதையும் கவனிக் கிறான். இவன் செல்வதற்குள் ஜாவா புறப்பட்டு எதிர்ப்பக்கம் செல்ல ஜன்னல் விளக்கு அணைகிறது. வீட்டுக்குச் சென்று

மணிப் பொத்தானை அழுத்த தயக்கத்துக்குப்பின் கதவு திறக்கிறது. 'என்ன நீங்க? ஒரு நாள் முன்னமேயே வரதா தகவல் சொல்லக்கூடாதா?'

'அதனால என்ன, பரவாயில்லை சாரதா.'

'நல்ல வேளை-'

'என்ன?'

'நல்ல வேளை. சினிமா கினிமாவுக்கு போகாம இருந்தேன்.'

'சேலை புதுசா சாரதா? நான் பார்த்ததில்லையே.'

'நீங்க எப்ப என்னைக் கவனமாப் பார்த்திருக்கிங்க?'

## காட்சி 3

பாலகிருஷ்ணன் அவள் கைப்பையைப் பிரித்துப் பார்க்கிறான். அலங்கார் தியேட்டரில் நூன் ஷோ டிக்கெட்டின் கிழிந்த பாதி இரண்டைப் பார்க்கிறான். 'டியர் எஸ் - எல்லாவற்றுக்கும் வந்தனம் - எம்' என்று ஒரு காகிதக் குறிப்பைப் பார்க்கிறான்.

## காட்சி 4

ஒருமுறை அலுவலகத்தில் டூருக்குப் புறப்பட்டுவிட்டு கேன்சலாகி சாயங்காலமே திரும்பி வர அதே ஜாவா வீட்டு வாசலில் நின்றது. அதன் வால்விளக்கு மேலே அலங்காரமாக எம் என்று எழுதியிருந்தது. நேராகப் போய்க் கதவைத் தட்டிச் சந்திக்கப் போகும் உண்மையை விரும்பாமல், கோகுலா சென்று ஒரு பாரில் முதல் தடவையாகக் குடித்தான்.

பாலகிருஷ்ணன் அலுவலகத்தில் தன் மேஜைக்குமுன் உட்கார்ந்து கொண்டு இதுவரை பார்த்ததையெல்லாம் வைத்துக்கொண்டு

என்னத்தைச் செய்வது என்று குழம்பிக்கொண்டிருந்தான். படிப்பு, சூழ்நிலை எல்லாம் மனைவியுடன் தெருச்சண்டை போட அனுமதிக்கவில்லை. தெரிந்ததெல்லாம் பாதி உண்மை களே. இதிலிருந்து இதுதான் என்று முடிவெடுக்க முடியவில்லை அல்லது விரும்பவில்லை. கோழை, நடுத்தரவர்க்க இந்தியக் குடும்பத்தில் இம்மாதிரி நடக்கவே நடக்காது என்று தலையை மண்ணுக்குள் புதைத்துக்கொண்டாலும் சங்கடமாக இருந்தது. மேல் மட்டத்தில் அல்லது கீழ்மட்டத்தில்தான் இவையெல்லாம் நடக்கும். கீழ்மட்டம் என்றால் தலை மயிரைப் பிடித்துத் தெரு வுக்கு இழுத்து வந்து அக்கம் பக்கத்திலோ பஞ்சாயத்திலோ நியாயம் கேட்பர். மேல் மட்டத்தில் நாசூக்காக வக்கீலை வைத்து டிவோர்ஸ் கேட்பர். சம்பவங்களைக் கோத்துப் பார்த்தால் சோரமில்லாத வேறு வியாக்கியானம் கிடைக்கலாம் என்று எண்ணினான். கேட்கத் தைரியம் வரவில்லை. அந்தரங்க நண்பர்கள் யாரும் அவனுக்கு இல்லை. ஒரே நட்பு சாரதாதான். பிரச்னையே சாரதாதான்! இவன் இரண்டும்கெட்டான்.

யோசித்துப் பார்த்தால் சாரதா அழகானவள் என்றுதான் சொல்ல வேண்டும். பாலகிருஷ்ணனைவிடச் சற்று உயரம். ஸ்லீவ்லெஸ் ரவிக்கை அணிந்து கரும்பச்சையில் லேசாகச் சரிகை போட்ட புடைவையில் வசீகரித்தாள். முகத்தின் அமைப்பால் அல்ல, அங்க லட்சணங்கள் ஒத்துழைத்ததால். சில ஆண்களுக்கு அவள் நிச்சயம் கவர்ச்சிகரமாகத் தெரியக்கூடும். மூன்று வருஷம் தினமும் அவளையே பார்த்துக்கொண்டிருப்பதாலோ என்னவோ, அவளுடைய சாத்தியங்கள் அவனுக்குத் தெரிய வில்லை. ஒரு பெண்ணை முழுமையாக அறிந்து கொள்வதற்கு மூன்று வருஷம் போதாது. கடந்த காலமெல்லாம் அவள் சொல்லித்தான் தெரியும். அப்பா அம்மா பார்த்து விசாரித்துத் தான் கல்யாணம் ஏற்பாடு பண்ணினார்கள். எல்லாவற்றையும் விசாரிக்க முடியுமா? மனம்? சாரதாவின் மனமே! உனக்குள் என்ன இருட்டுக்களை, என்ன ரகசியங்களை வைத்திருக்கிறாய்?

'ஆபிஸ் போகலியா?'

'இல்லை. வேற வேலை இருந்தது. ஏன்?'

'இல்லை. டிபன் எல்லாம் கட்டிக்கொடுத்தேனே. உடம்பு சரி யில்லையா?'

'இல்லையே. சரியாத்தானே இருக்கேன்.'

அருகில் வந்து கழுத்தைத் தொட்டுப் பார்த்து, ‘ஜுரம் இல்லையே?’ என்றாள்.

‘இல்லை.’

‘எம்மேல எதாவது கோபமா? ஏன் உம்முனு இருக்கிங்க?’

‘ஒண்ணுமில்லை.’

‘எதாவது இருந்தா சொல்லிடுங்க. மனசில ஒண்ணையும் வெச்சுக்க வேண்டாம்.’

இதுதான் சரியான சமயம்! கேட்டுவிடு! கேட்டுவிடு!

‘சாரதா, உன்னை ஒண்ணு கேக்கணும்!’ ம், கேள்! தயங்காதே! கேட்டுவிடு! ‘அலங்கார்ல படம் ரொம்ப நாளா ஓடறதே போலாமோ?’ இப்படியா ஆரம்பிப்பது?

‘போகலாமே.’

‘நீ பாக்கலியே.’

‘என்ன சொல்றீங்க? உங்களை விட்டுட்டு தனியா சினிமா பார்ப்பேனா? என்னங்க பேசறீங்க?’

‘இல்லை, ப்ரண்ட்ஸ் கூட ஏதாவது...’

‘ஏன் இப்படிக் கேக்கறிங்க? புரியவே இல்லையே.’

‘புரியலைன்னா விட்டுரு. ஜாவா மோட்டார் சைக்கிள் தெரியுமா?’

கண்களில் அதிர்ச்சியை எதிர்பார்த்தேன். இல்லை. தேர்ந்த நடிகை.

‘மோட்டார் சைக்கிளா? பேர் எல்லாம் தெரியாது. பக்கத்து காண்ட்ராக்ட்காரர் வெச்சிருக்கார் ஒண்ணு. ஏன்?’

‘நானும் ஜாவா ஒன்று வாங்கலாம்னு இருக்கேன்.’

‘நானும்னா? என்னங்க சொல்றிங்க? நிஜமாவே ஏதோ உளர்றிங்க.’

‘சாரதா அடிக்கடி நம்ம வீட்டுக்கு ஜாவாவில வர்றவன் யாரு?

அன்னைக்கு யார்கூட சினிமாவுக்குப் போனே? இந்த லெட்டர் எழுதினவன் யாரு?'

இப்படி நேராக அழுத்தமாகக் கேட்பதற்குப் பதில் 'ஒண்ணு மில்லை, விடு!' என்றான்.

சாரதா அவனை விநோதமாகப் பார்த்து மறுமுறை அவன் நெற்றியில் கைவைத்துப் பார்க்க முயன்றபோது ஆத்திரத்துடன் தள்ளினான்.

'கோபம் போலிருக்கு. கோவிச்சுட்டா கோவிச்சுக்கங்களேன். எனக்கு என்ன போச்சு?' என்று எழுந்து உள்ளே போனாள். கேட்டிருக்கலாம். ஏன் கேட்கவில்லை? பாலகிருஷ்ணனின் கோழைத்தனம்தான். தயக்கம் அவன் ஜீன்களிலேயே இருக்கிறது. பொய்க் கோட்டையை இத்தனை சீக்கிரம் கலைக்க விருப்பமின்றித் தன்னைத்தானே இன்னமும் எண்ணங்களால் வருத்திக்கொள்ளும் உத்தேசம்தான்.

ஆபீஸில் சுபா ஒரு கடிதத்தில் கையெழுத்து வாங்க உள்ளே வந்தபோது பாலகிருஷ்ணன் தனக்குள்ளே கொஞ்சம் உரக்கவே பேசிக்கொண்டிருந்தான். சுபா தயங்கினாள். நிமிர்ந்தான். அந்தச் செயலில் மாட்டிக்கொண்டதில் அவனுக்குக் கோபம் வந்தது. 'வாட்டிஸிட்?' என்று அதட்டினான்.

'லெட்டர்ல சைன் பண்ணணும்.'

'எல்லாம் காலைல பார்த்துக்கலாம். டோன்ட் டிஸ்டர்ப் மி நௌ!'

'ஸாரி' என்று அவள் விலகியதும் கண்ணாடிக்கு வெளியே சிரிப்பு கேட்டது.

'சுபா, வில் யூ ப்ளீஸ் கம்!' என்றான் இண்டர்காமில்.

டிக்டேஷன் நோட்டுப் புத்தகத்துடன் அவள் உள்ளே வர, 'உனக்குச் சிரித்து விளையாடவேண்டும் என்றால் ஆபீஸில் வைத்துக்கொள்ளாதே. அரை நாள் லீவு போட்டுவிட்டு வீட்டுக்குப் போய் எத்தனை வேண்டுமானாலும் சிரித்துக் கொள்ளலாம். அண்டர்ஸ்டாண்ட்?'

சுபா முகத்தைச் சோகமாக வைத்துக் கொண்டு 'ஸாரி' என்றாள்.

'ஸாரி இஸ் எ டர்ட்டி வர்ட்.'

‘எனிதிங் எல்ஸ் சார்?’

‘நத்திங், யூ மே கோ நௌ.’

மறுபடியும் கண்ணாடிக்கு வெளியே சிரித்தாள் என்று தோன்றியது.

மூன்று வருஷங்களை நுட்பமாக எண்ணிப் பார்த்தான். அறிகுறிகள் எதாவது இருந்தனவா? ஏழைக் குடும்பத்தில் நாலு பெண்களில் மூத்தவள். பாலகிருஷ்ணன் அப்பா அம்மாவுடன் தங்க முடியாமல் பெங்களூருக்கு மாற்றலாகி வந்துவிட்டாலும் மாமியார் மாமனாரைப் பற்றித் தாழ்த்திப் பேசமாட்டாள். நல்ல வேலையில் இருப்பதே ஆணுக்குத் தனிப்பட்ட தகுதியையும் கல்யாண அருகதையையும் ஏன், அழகையும் கூடக் கொடுக்கிறது. பணக்காரப் பெண்ணாக இருந்தால் இன்னும் சிவப்பாக, அழகாக அவளுக்குக் கணவன் கிடைத்திருப்பான்.

தெருவில் அவளுடன் நடந்துபோகும்போது எதிரே செல்பவர்கள் சாரதாவைக் கறைபட்ட நோக்கத்துடன் பார்ப்பதைப் பெருமையாகவே எண்ணிக் கொண்டிருந்திருக்கிறான். தனக்காக வென்று மற்றவரை ஈர்க்கும் மனைவி! சாரதா பல்வேறு அலங்காரங்கள் செய்து கொள்வதையும் ரசித்திருக்கிறான். டிரஸ்ஸிங் டேபிள் முன் உள்பாவாடை ரவிக்கையில் நிற்பவளை நிதானமாக ரசித்து அப்படியே இடுப்போடு சேர்த்து அணைத்துக் கொண்டிருக்கிறான். ஆனால் அவர்களிடையே உடல் தொடர்பு அவள் இஷ்டத்துக்கு ஏற்பத்தான் நிகழ்ந்திருக்கிறது. ஐந்து வருஷங்களுக்குக் குழந்தை பெற்றுக்கொள்ள இஷ்டமில்லை என்று சொன்னாள். அதனால் அவள் வேண்டாம் என்றால் கட்டாயப்படுத்தியதில்லை. தற்செயலாகத்தான் அவள் மாத்திரை சாப்பிடுகிறாள் என்பது தெரிந்தது. இருந்தும் படுக்கையில் கட்டுப்பாடாகத்தான் இருந்திருக்கிறாள். சில வேளைகளில் மிகவும் இஷ்டமாக இருந்தாலும் தொட்டவுடன் கூசுவாள். அதையெல்லாம் மதித்ததில்லை அவன். அதிகம் பேசமாட்டாள். பெற்றோரிடமிருந்து வரும் கடிதங்களைக் காட்ட மாட்டாள். சம்பளத்திலிருந்து வீட்டுச் செலவுக்குத் தரும் பணத்தை எப்படிச் செலவு செய்கிறாள் என்று கணக்கு கேட்பதில்லை. எதிர்பாராமல் புதிய டிரஸ் அணிந்து கொண்டிருக்கும்போது ‘இது ஏது?’ என்று கேட்டால் ‘வாங்கினேன்’ என்பாள். அதற்குமேல் கேட்டதில்லை. கொடுத்த காசில் மிச்சம் பிடித்து வாங்கியிருப்பாள் என்பதை நிச்சயமாக நம்பினான். இப்போது நினைத்துப்

பார்க்கும்போது கொடுத்த பணத்துக்கு அதிகமாகவே அவள் அலங்காரச் சாதனங்களைச் சேகரித்து வைத்திருப்பதாகப் பட்டது. தனியாக ஊருக்குப் போகத் தயங்கமாட்டாள். 'எனக்கு என்ன பயம்? தாலியைப் பார்த்தா யார் கிட்ட வரப்போறாங்க? நான் என்ன அப்படி அழகாவா இருக்கேன்?'

ஆபீஸ் நண்பர்கள் வந்தால் நன்றாக வரவேற்பாள். பால கிருஷ்ணன் உள்ளே போகும்போதுகூட அவர்களுடன் ஹாலில் சரளமாகப் பேசிக்கொண்டிருப்பாள். மார்பில் புடைவை அடிக்கடி நழுவினாலும் திருத்திக்கொள்ள அவசரப்பட மாட்டாள். அண்டை வீட்டில் இருக்கும் காலேஜ் மாணவர்கள் பெயர் எல்லாம் தெரியும்.

அறிகுறிகள் இருந்திருக்கின்றன! சுபாவத்திலேயே அவளுக்கு ஆண் சல்லாபம் பிடித்துவந்திருக்கிறது. மற்றவர்கள் தன்னைப் பார்ப்பதில் பெருமை இருந்திருக்கிறது. இருந்தும் சாரதா துரோகம் செய்வாள் என்பதை அவனால் ஏற்றுக்கொள்ள முடியவில்லை. இதெல்லாம் அவள் சுபாவமே தவிர கல்யாணம் என்கிற வலுவான இழையைத் துண்டிக்கும் அளவுக்கு அவளுக்குத் தைரியம் இருக்காது. கணவனை விட்டால் அவளுக்கு வேறு அந்தஸ்து ஏதும் கிடையாது. அதைக் கலைக்க மாட்டாள். மோட்டார் சைக்கிளில் வருபவன் சும்மா பேசிக் கொண்டிருக்கத்தான் வந்திருக்கிறான். இன்றைய நாகரிக வெளிச்சத்தில் இதில் ஏதும் தப்பில்லைதான். நான் சுபாவுடன் பேசுவதில்லையா? அவன் யார், என்ன சிநேகிதம் என்று தெரிந்து கொள்ளாமல் கற்பனைகள் செய்துகொள்ள வேண்டாம். பார்க்கலாம்.

இரண்டு நாட்களில் தெரிந்துவிட்டது. லே-அவுட்டில் பக்கத்துக் குறுக்குத் தெருவில் அவர்கள் வீட்டுக்குப் பின்புறம் காலி மனை யில் அஸ்திவாரம் போட்டுப் புதுசாக வீடு கட்டிக் கொண்டிருக் கிறார்கள். காலை கனவில் மோட்டார் சைக்கிள் சப்தம் கேட்டு எழுந்து வாசலில் போய் எட்டிப்பார்த்தால் அந்த ஜாவா வீட்டு வாசலில் நிற்பது தெரிந்தது. வெயில் கண்ணாடியைக் கழற்றா மல் தன் ஹெல்மெட்டைக் கையில் வைத்துக்கொண்டு கதவைப் பார்ப்பவனைக் கவனித்தான். இவனைப் பார்த்ததும் லேசாகப் புன்னகைத்ததற்குப் பதில் அளிக்கவில்லை. வாயிற்கதவைத் தட்டுமுன் திறந்தான்.

'ஹாய்! யூ மஸ்ட் பி பாலகிருஷ்ணன். நாம் சந்தித்ததில்லை! மஞ்சுநாத்!' என்று கை நீட்டினான்.

பாலகிருஷ்ணன் கை குலுக்காமல் 'என்ன வேணும் உங்களுக்கு?' என்றான். இதற்குள் சாரதா வந்துவிட்டாள்.

'வாங்க மஞ்சு! ஏங்க, இவர்தான் மஞ்சு - பின்பக்கத்து மனையில வீடு கட்டற காண்ட்ராக்டர். மஞ்சு, இவர்தான் என் ஹஸ்பண்டு.'

'தெரியும். அறிமுகமாயிருச்சு.'

பாலகிருஷ்ணன் பேசாமலிருக்க, சாரதா, 'உக்காருங்க, காப்பி கொண்டுவரேன்' என்றாள்.

'வேண்டாம். உங்களுக்குத் தாங்க்ஸ் சொல்லத்தான் வந்தேன். நாளைல இருந்து இன்ஸ்பெக்ட் பண்ண மாமா வருவார். ரெயில்வேல புதுசா ஒரு சைட்டிங் காண்ட்ராக்ட் எடுத்திருக்கேன். அதனால கொஞ்ச நாளைக்கு வரமுடியாது. சாரதா, கார்டிகன் அளவு சரியா இருந்ததா?'

'ஓ!' பாலகிருஷ்ணனைப் பார்த்து, 'மஞ்சு டில்லிலருந்து ஃப்ரண்ட்ஸ் கிட்ட சொல்லி ஒரு கார்டிகன் வாங்கிவந்தார் எனக்கு' என்றாள்.

'சாருக்குக்கூட ஒரு ஸ்வெட்டர் சொல்லிர்றேனே! என்ன சைஸ்?'

'ஸ்வெட்டர் இருக்கு.'

'பேசிக்கிட்டு இருங்க. காப்பி கொண்டு வரேன்' என்று உள்ளே போனாள். பாலகிருஷ்ணன் அவனைப் பார்த்தான். சாரதாவை விட வயது குறைவானவனாகத்தான் இருப்பான். நெற்றிக்குக் குறுக்கே லேசான வெட்டுக் காய வடு இருந்தாலும் அதனால் முகத்துக்கு உக்கிரம் ஏற்படவில்லை. பெரிய நெற்றி. தலைமயிர் எண்ணெய்ப் பசை இல்லாமல் ஷாம்புவால் அலைந்தது. அவ னிடமிருந்து லேசாக வெளிப்பட்ட செண்டு வாசனை பரிச்சய மானதாக இருந்தது. பற்களைக் காட்டத் தயங்குவான் போல இருந்தது. மீசையை மிகவும் கவனமாக அமைப்புக்குக் கொண்டு வந்திருந்தான். உடல் கட்டாக இருந்தது. இளமை.

'மிஸஸ் பாலகிருஷ்ணன் ரொம்ப ஒதவிங்க. ரூஃப் காஸ்டிங் போது தண்ணி நிறைய வேண்டியிருந்தது. மற்ற வீட்டுக்காரங்க

கொடுக்க மறுத்துட்டாங்க. இவங்களைக் கேட்டேன். தாராளமா எடுத்துக்கங்கன்னாங்க. வெறும் தண்ணிதானே. அதனால என்ன போச்சுன்னு அனுமதிச்சாங்க.' சாரதா உள்ளே கோப்பைகளுடன் வர, 'மிஸஸ் பாலகிருஷ்ணன், உங்க ஹஸ்பண்ட்கிட்ட சொல்லிட்டேன். கன்ஸ்டரக்ஷன் முடிஞ்சதும் உங்களுக்கு வெஸ்ட் எண்டுல ஒரு பார்ட்டி.'

'மஞ்சு நல்ல பையன். கல்யாணம் பண்ணிக்கத்தான் இஷ்டமே இல்லை. என்ன மஞ்சு?'

'அதுக்கு எங்கம்மா டயம்? மேலும் சார் மாதிரி எல்லாரும் லக்கியா இருக்க முடியுமா?' என்று பாலகிருஷ்ணனைப் பார்த்து விகல்பமில்லாமல் சிரித்தான் மஞ்சு. அன்னிக்கு நான் குறிப்பு எழுதி வெச்சிருந்தேன், பாத்திங்களா? என்னால உங்களைப் பார்த்துக் கொடுக்க முடியலை. ட்யூபை வெளியவே வெச்சுட்டுப் போயிட்டேன். கதவு பூட்டியிருந்தது. சினிமா எப்படி இருந்தது? என் சிஸ்டர் சொன்னா, நல்லாவே இருந்ததாம். ஷபானா உங்களுக்குப் பிடிக்குமாமே?'

சாரதா இயல்பாக, 'மஞ்சு பாவம். தங்கை கூட சினிமா போறதுக்கு ரெண்டு டிக்கெட் வாங்கி வெச்சிருந்தான். கடைசில எங்கிட்ட கொடுத்துட்டுப் போயிட்டான். பிஸி!'

'தினப்படி உங்க வீட்டு வாசல்லதான் பைக்கை பார்க் பண்றேன் சார். அதுக்கு ரெண்ட் வசூல் பண்ணணும் நீங்க! ஒரு நா ராத்திரி வரைக்கும் கூட பார்க் பண்ணிருந்தேன். மிஸஸ் பாலகிருஷ்ணன், தாங்க்ஸ் ஃபர் எவ்ரிதிங். அப்புறம் பார்க்கலாம்.'

அவன் போனதும் பாலகிருஷ்ணன் யோசித்தான். என்ன பைத்தியக்காரன் நான்! வீடு கட்ட வந்திருக்கும் காண்ட்ராக்ட்காரனுக்கு நீரும் நிழலும் கொடுத்திருக்கிறாள். இதைப் போய்ப் பெரிசாக எடுத்துக்கொண்டு...

'பல் தேய்க்கலியா?'

அவளை அப்படியே வாரியெடுத்துத் தூக்க முடியாமல் தூக்கிக் கழுத்தில் முத்தமிட்டான்.

'சேச்சே விடுங்க. முள்ளு தாடி குத்துது.'

வாரம் முழுவதும் அவளுடன் புதிதாகக் கல்யாணம் பண்ணிக் கொண்டவனைப் போல பழகினான். அநாவசியமாகச் சந்தேகப்

பட்டதற்கு நஷ்ட ஈடு செய்யும் விதத்தில், வா சினிமாவுக்குப் போகலாம், கச்சேரிக்குப் போகலாம் என்று சந்தோஷப்படுத்த முயன்றான். அவளுக்குச் சந்தோஷம்தான். சில சலுகைகளை அனுமதித்தாள். அவனை மூச்சுத்திணறும் வரை இறுக்கித் தனக்குள் முழுவதும் ஒரு முறை நிரப்பிக் கொண்டாள். 'ரொம்ப நாளாச்சு இந்த மாதிரி' என்றாள்.

பெண்ணின் உடல்தான் என்ன பாக்கியம். எத்தனை சாத்தியக் கூறுகள்! எத்தனை உஷ்ணங்கள், எத்தனை தாகங்கள், எத்தனை கண்டுபிடிப்புகள்!

மே மாதம் அவர்களுடைய திருமண நாள். தங்கத்தில் 'எஸ்' என்று இனிஷியல் போட்ட மோதிரம் ஒன்று வாங்கி இருந்தான். சர்ப்ரைஸாகப் பரிசளிக்கலாம் என்று ஆபீஸில் தீர்மானித்தான். சுபாவிடம் அழகாக பூப்பூவாக 'ஹாப்பி அனிவர்ஸரி' என்று ஒரு காகிதத்தில் டைப் அடித்து வாங்கிக்கொண்டான்.

'கங்ராஜுலேஷன்ஸ் சார்.'

'தாங்க்யூ சுபா. கல்யாணமாயி இன்னிக்கு நாலாவது வருஷம் தொடங்கறது.'

'ரொம்ப சந்தோஷம் சார். கொஞ்ச நாளாவே சியர்ஃபுல்லா இருக்கிங்க.'

'ஹவ் எ லவ்லி ஃபெய்த்ஃபுல் ஒய்ஃப்!'

'பின்னதுதான் ரொம்ப முக்கியம் சார்!'

'டைரக்டர் வந்தா சொல்லிரு. அரை நாள் லீவில் போறேன். அவளை அழைச்சுக்கிட்டு சினிமாக்கு போகப்போறேன்.'

'அவங்க என்ன பிரஸண்ட் குடுக்கப் போறாங்க உங்களுக்கு?'

'நாளைக்குச் சொல்றேன்.'

வீட்டுக்கு வந்து சேர்ந்து, ஓசைப்படாமல் உள்ளே நுழைந்து, அவள் கண்ணைப் பொத்தி ஆச்சரியப்படுத்த எண்ணித் தன்னுடைய சாவியால் டோர் லாட்ச்சை சன்னமாகத் திறந்தான். மெல்ல அடியெடுத்து நடந்தான். பெட்ரூமில் லேசாகத் திரை ஆடிக்கொண்டிருந்தது. பேச்சுக் குரல் கேட்டது. 'போயிடு, போயிடு, சீக்கிரம் போயிடு.'

‘போலாம், போலாம், வரத்துக்கு நேரமாகும்னு சொன்னியே... இது பாத்தியா? இது எப்படி?’

அப்படியே உறைந்து நின்றான்.

‘மஞ்சு, எனக்குப் பயமா இருக்குது.’

‘என்ன பயம்?’

‘தெரிஞ்சுரும்னுட்டு. ஏற்கெனவே சந்தேகப்படறாருன்னு நினைக்கிறேன்.’

‘கவலைப்படாத, என்ன சாமர்த்தியமா அன்னைக்கு எல்லாத் துக்கும் எக்ஸ்பிளனேஷன் கொடுத்தேன். நம்பினாரா இல்லையா?’

‘அப்படின்னுதான் நினைக்கிறேன். மஞ்சு எனக்கு ரொம்ப வெக்கமா இருக்கு.’

‘கண்ணை மூடிக்கோ.’

‘வாசக்கதவு உள்பக்கம் தாப்பா போட்டியா?’

‘யாரு வரப்போறாங்க?’

திரை லேசாக ஃபேன் காற்றால் விலக, படுக்கையின் அடிவாரத் தில் சாரதாவின் உடைகள் ஒவ்வொன்றாக விழுவதைப் பார்த்தான்.

‘வேண்டாம் மஞ்சு, இதெல்லாம் தப்பு.’

‘தப்பிச்சுட்டா எதுவுமே தப்பில்லை சாரு.’

பாலகிருஷ்ணனுக்கு ஒரு கணம் வேடிக்கை பார்க்கும் ஆர்வம் மற்ற உணர்ச்சிகளை மீற, நிலைமையின் தீவிரத்தை, அவன் வாழ்வில் அதற்கு உண்டான அர்த்தத்தை முற்றும் உணர்ந்து கொள்ளுமுன் அந்த அரைகுறைக் காட்சியைக் காண்பதில் ஒரு விதமான ஆறுதல், ஏன் குரூரமான சந்தோஷம்கூட இருந்தது. விஷயம் தெரிந்துவிட்டது! சந்தேகத்துக்கும் மன அலைச்ச லுக்கும் முற்றுப்புள்ளி! இனி அவன் செயல்பட வேண்டும். கால்கள் பின்னிக்கொள்வதைப் பார்த்தான். அவன் கை அவள் உடலில் அலைவதைப் பார்த்தான். உடனே திரையை விலக்கி விட்டு இருவரையும் ஆச்சரியத்தில் ஆழ்த்த மனத்தில் ஓர் அடி எடுத்து வைத்தான். செயல்பாட்டில் இல்லை.

மோட்டார் சைக்கிள் காத்திருந்தது. மணல் கும்பலில் சின்னப் பிள்ளைகள் பொய் வீடு கட்டி ஈரமாக்கிக் குகை அமைத்து உள்ளே மறைந்த கை தொடுவதில் சந்தோஷம் பெற்றுக் கொண்டிருந்தார்கள். பெண்கள் பாண்டி ஆடிக்கொண்டிருந்தார் கள். பஸ் நிலையத்தில் கணவனும் மனைவியும் ஒத்துழைத்துக் கைக்குழந்தையைச் சிரிக்க வைத்துக்கொண்டிருந்தார்கள். பாலகிருஷ்ணன் ஏதோ பஸ் வந்து ஏதோ டிக்கெட் வாங்கி எப்படி நடந்து எங்கே சென்றான்? தான் ஒரு கோயிலில் இருப்பதைக் கண்டான். குன்றின் மேல் குளிர்காற்று வீசிக்கொண்டிருக்கக் கல்லில் பட்டையாகச் செதுக்கின பெரிய அநுமார் யாருக்கோ சஞ்சீவி தூக்கிக்கொண்டிருந்தார். கட்டடத்துக்கு நிதி கேட்டுப் பிற்காலத்தில் வரப்போகிற கோபுரத்தை மரத்தில் செய்து கண்ணாடிப் பெட்டிக்குள் வைத்திருந்தார்கள். சூடம் காற்றில் துடித்தது. பாலகிருஷ்ணனை மணி கேட்டார்கள்.

கடைசிப் பக்தரும் விலகி, சீய் சீய் என்ற நைவேத்திய சிதறலைப் பெருக்கிக்கொண்டிருக்கும்வரை பாறையிலேயே உட்கார்ந் திருந்தான்.

பாலகிருஷ்ணன் மனத்தில் கடிதம் எழுதினான்.

அன்புள்ள... வேண்டாம், சாரதா போதும்.

சாரதா!

> இன்றைக்கு நான் பார்த்த காட்சி என்னை மிகவும் அதிர்ச்சிக்கு உள்ளாக்கிவிட்டது. இத்தனை பார்த்துவிட்ட பின்னரும் நாம் இருவரும் ஒரே வீட்டில்...

கடிதம் பாதியில் அறுந்து போய்விட, கன்னத்தில் கை வைத்து அழுத்திக்கொண்டு, தூரத்து லாரி டிராபிக் நகர்வதைக் கவனித் தான். அவனை அறியாமல் அவன் கன்னங்களின் வழியே கண்ணீர்த் துளிகள் உருண்டன. சாரதாவின் கால்களும் அதைவிடக் கறுப்பான மஞ்சுநாத்தின் கால்களும் பிணைந்து கொண்டன.

'பேசாம வீட்டுக்குத் துரத்திவிடலாம்' என்றான் காற்றிடம்.

'வெரட்டிட்டா? அதான் தண்டனையா? இல்லை, அவளுடைய பாவத்துக்கு உடந்தையா? விரட்டிட்டா, அவனோட இதே ஊரில வாழ மாட்டான்னு என்ன நிச்சயம்?'

‘என்னப்பா, உன் ஒய்ஃப் ராஜாஜி நகர்ல ஒரு வீட்டு மாடில புடைவை காயப்போட்டுட்டு இருந்ததைப் பார்த்தேனே-’

‘எல்லாருக்கும் ஒரு நாள் தெரிஞ்சுரும்.’

தப்பிச்சுட்டா தப்பில்லை சாரு!

‘சார், தேவஸ்தானம் மூடப் போறது.’

‘எல்லாருக்கும் ஒரு நாள் தெரிஞ்சு போயிரும்யா’ என்றான்.

‘என்ன தெரியப் போறது?’

‘உனக்கு நான் என்ன துரோகம் செஞ்சேன்? எதுக்காக மத்தவனுக்குப் படுக்கை விரிக்கிறே? உனக்கு வாழ்வு தந்து சோறு போட்டு சமூகத்திலே ஒரு அந்தஸ்து கொடுத்து, நீ செய்யற கைம்மாறு இதுதானா?’

‘பாவம் என்ன கவலையோ! அண்ணா எழுந்திரு! வீட்டுக்குப் போ! அநுமார் உன்னைக் காப்பாத்துவார். இந்தா பிரசாதம்!’

‘நான் என்ன அப்படிப்பட்ட ஏமாளியா? எனக்கு மூளையே கிடையாதா?’

‘அண்ணா கிளம்பறியா? கோயில் மூடணும்.’

பாப்பா பாப்பா என்று கோயில் அர்ச்சகர்கள் விலகி செல்லப் படியிலேயே படுத்தான். குளிரும் பூச்சிகளும் அவன் சிந்தனையின் உக்கிரத்தைத் தொந்தரவு செய்யவில்லை. பாதி மயக்கம் போலவோ அல்லது தூக்கம் போலவோ கண் அயர்ந்தபோது அவன் கை விரல்கள் விரியப் படிகளில் அந்தத் தங்க மோதிரம் தத்தித் தத்தி உருண்டது.

சாலை அவனுக்குத் தெளிவாக இருந்தது. நேராக வீட்டுக்குப் போய் மனைவியைக் கேட்டுவிடப் போகிறான். இனிமேல் பொய் சொல்லிப் பிரயோஜனமில்லை. பார்த்துவிட்டேன். இதற்கு நீ என்ன பதில் சொல்லப்போகிறாய்?

கதவைத் திறந்ததும் அவனைக் கடுமையாகப் பார்த்தாள். ‘எங்க போயிட்டிங்க? என்ன உடம்பெல்லாம் புழுதி?’

பதில் சொல்லாமல் நாற்காலியில் போய் உட்கார்ந்தான். ‘உங்களுக்கு ஆபீஸ்ல வேலையோ அல்லது வேறு ஜோலியோ

இருந்தா தகவல் சொல்லக் கூடாதா? ராத்திரி பூரா கவலைல தூங்கவே இல்லை! இந்த மாதிரி நீங்க நடந்துக்கிட்டதே கிடையாது. போன் பண்ணுவனா? யாருக்குப் போன் பண்ணுவேன்? அப்படியோ வயித்தைக் கலக்கிருச்சு!'

'சாரதா உன்னோட பேசணும்.'

பாதியில் நிறுத்தி அவனைக் கூர்ந்து பார்த்தாள்.

'பேசறதெல்லாம் அப்புறம் வெச்சுக்கலாம். முதல்ல காப்பி.'

'உக்காரு? பேசணும்.'

'என்ன பேசணும்னாலும் காப்பி சாப்பிட்டதுக்கு அப்புறம்தான். ஒரு நிமிஷத்திலே வரேன்' என்றாள்.

வெறுப்பாக இருந்தது. விஷயத்தை உடனே ஆரம்பிக்காமல் பேசணும். என்ன பேசணும்? அவளை அப்படியே தலை மயிரால் பிடித்துக் கலைத்துக் கன்னம் கன்னமாய் இழைக்கவேண்டும் போலிருந்தது. இன்னம் எத்தனை ஆணவம்! தன்னம்பிக்கை! வெய்ட் சாரதா! நான் சொல்வதைக் கேட்கும்வரை காத்திரு. மேசை மேல் செய்தித்தாள் இருந்தது. அதை அசுவாரஸ்யமாகப் பிரித்தான்.

சோப்புக்காரனின் மூன்றாவது கொலை!

போலீஸ் எச்சரிக்கை!

அந்தச் செய்திக்கும் தனக்கும் ஏதோ ஒரு ரத்த சம்பந்தம் இருப்பதுபோலப் பட்டது.

படித்தான்.

பெங்களூர் துப்பறியும் போலீசார் கடந்த ஒன்றரை மாதங்களாக ஒரே முறையில் செய்யப்பட்ட மூன்று கொலைகளை விசாரித்துக்கொண்டிருக்கிறார்கள்.

கொலை செய்யப்பட்டவர்கள் மூவரும் மணமான நடுத்தர வயதுப் பெண்கள். மூவரும் கழுத்து நெரிக்கப் பட்டுக் கொலை செய்யப்பட்டிருக்கிறார்கள். கொலை செய்தவன் பொருள் லாபத்துக்குச் செய்தவனாகத் தெரியவில்லை.

அடுத்தடுத்துச் செய்யப்பட்ட மூன்று கொலைகளிலும் ஒரு குண்டூசிகூடக் காணாமல் போகவில்லை. பரிதாபத்துக்குரிய அந்த மனைவிகளிடம் முதல் பரிச்சயத்தில் அவன் சாமர்த்தியம் காட்டியிருக்கிறான். சோப்புத் தூள் இலவச சாம்பிள் கொடுக்கும் விற்பனைக்காரன்போல் வந்து கதவு திறந்ததும் தாக்கியிருப்பதாகத் தெரிகிறது.

போலீஸ் உதவி கமிஷனர் பொதுமக்களுக்கு, குறிப்பாக வீட்டில் தனியாக இருக்கும் மனைவிகளுக்கு, எச்சரிக்கை விடுத்திருக்கிறார். அந்நியருக்குக் கதவைத் திறக்காதீர்கள். தனியாக இருப்பதைத் தவிர்க்க முயற்சி செய்யுங்கள். ஏராளமான தடயங்கள் இருப்பதால் சீக்கிரமே குற்றவாளியைக் கண்டுபிடிப்பதில் சிரமம் இருக்காது என்று...

சாரதா காப்பி கொண்டுவந்து மேஜைமேல் வைத்துவிட்டு, 'இப்ப சொல்லுங்க, எம்மேல என்ன கோபம்? ஏன் வீட்டுக்கு வரலை?' என்றாள்.

'ஆபீஸ்ல வேலை' என்றான்.

'ராத்திரி பூராவுமா?'

'லேட்டாச்சு. அங்கேயே தூங்கிட்டேன்.'

'என்னவோ பேசணும்னிங்களே...' அவள் கண்கள் அவனைத் துளைத்தன.

'இல்லை! ஒண்ணுமில்லை! பேசவேண்டாம்' என்று எழுந்து போனான். குளிக்கப் போனான். ஒரு கணம் அவளைத் திரும்பிப் பார்த்தான். புன்னகைத்தாள். அந்தப் புன்னகையில் அத்தனை தன்னம்பிக்கை. இவன் ஏமாளி. அப்பாவி. என்ன சொன்னாலும் நம்பிவிடுவான். நான் என்ன வேண்டுமெனினும் செய்யலாம். நேராகப் படுக்கையில் என்னைப் பார்த்தாலே சமாளிக்கும் திறமை எனக்கு இருக்கிறது என்று கோடி காட்டுவதுபோல அலட்சியப் புன்னகை.

'பெண்ணே உனக்கு ஒரு ஆச்சரியம் காத்திருக்கிறது.'

செய்தியைப் படிக்க ஆரம்பித்தபோதே அவனுள் அந்தத் தீர்மானம் உருவாகிவிட்டதா? தக்க சமயத்தில் அந்தச் செய்தி எப்படி வந்து முளைத்தது? ஏதோ விதி போல, ஞானோதயம்

போல, பாலகிருஷ்ணனுக்குத் தெளிவாகிவிட்டது. மரணம்! அது தான் தண்டனை.

அவளை நான் கொல்லப்போகிறேன். அதற்கு உபாயம் கிடைத்து விட்டது. சோப்புக்காரனின் நான்காவது கொலை.

அவளைக் கேட்டுப் பொய் சொல்லி, இழுத்தடித்து, சந்தி சிரித்து, கோர்ட்டுக்குப் போய், விவாகரத்து வாங்கி - இம்மாதிரி இழுபறிக்குப் பதிலாக முளையிலேயே கொய்துவிடலாம்!

சுலபம்.

சுபம்.

ஒன்றரை மாதச் செய்தித் தாள்களையெல்லாம் சேகரித்து அந்த விநோதக் குற்றவாளியைத் தொடர்ந்தான். முதல் செய்தி -

'ஹவுஸ்வைஃப் ப்ரூட்டலி மர்டர்ட்' என்பது பிப்ரவரி இருபத்தாறாம் தேதி வந்திருந்தது. சாந்தம்மா இரண்டாவது மாடி ஃப்ளாட்டில் இறந்திருக்கிறாள். வாசல் கதவு திறந்தவளிடம் ஒரு சோப்புத் தூள் டப்பாவைக் கொடுத்துவிட்டு வாயிற் படியிலேயே அவள் மண்டையில் தாக்கப்படுகிறாள்.

சோப்புத் தூள் கம்பெனிக்காரர்கள் அவ்வாறு எந்தவிதமான திட்டமும் இல்லை; யாரையும் அம்மாதிரி வீட்டுக்கு வீடு இலவச சாம்பிள்கள் கொடுக்க அனுப்பவில்லை; எங்கள் சோப்புத் தூளுக்கு இந்த மாதிரி விளம்பரங்கள் எல்லாம் தேவையில்லை என்று அறிவிக்கிறார்கள்.

குற்றவாளி நடுத்தர வயதினன் என்பதும் சற்றே மாறுகண்ணாக இருந்தவன் என்றும் தெரிகிறது.

இரண்டாவது சம்பவம் கண்டோன்மெண்ட் கோல்ஸ் ரோடு பகுதியில்.

பதினெட்டு நாட்களுக்கு முன் இந்திரா நகரில் நடந்த கொலைக்கும் இதற்கும் நிறைய ஒற்றுமைகள் இருப்பதாக போலீஸ் நம்புகிறது. இறந்துபோன துரதிருஷ்டக்காரிகள் இருவரும் திருமணமானவர்கள்.

கொலை நடந்தது மத்தியானம் இரண்டரை மணி, இரண்டிலுமே.

கொலை செய்யவந்தவன் சுற்றுப் புறத்தில் இரண்டு மூன்று வீடுகளில் சோப்புத் தூள் சாம்பிள்கள் கொடுத்திருக்கிறான். முன் சம்பவம் போலவே!

அவனுடைய அங்க அடையாளங்கள் ஒத்துப்போகின்றன. மாறுகண்!

கொலை செய்த முறையும் ஒன்றே! மயக்கம் வருமளவுக்கு மண்டையில் தாக்கப்பட்டு அதன்பின் கயிற்றால் கழுத்தில் நெரிக்கப்பட்டிருக்கின்றனர்.

மூன்றாவது ஜெயநகர்.

ஒரு சிறு சீட்டில் வேகமாகக் குறிப்புகள் எழுதிக் கொண்டிருக்கும் போது மெலிதாகப் பவுடர் வாசனை வீசத் துணுக்குற்று நிமிர்ந்தான். சுபா.

'எத்தனை தடவை சொல்லியிருக்கேன். உள்ள வர்றப்ப சொல் லிட்டு வான்னு?' செய்தித்தாள்களை அவசரமாக டிராயருக்குள் செலுத்தி மூடினான். 'என்ன?'

'மன்னிக்கணும். நீங்களே சொல்லியிருக்கிங்க அர்ஜெண்ட் பேப்பர்னா எப்ப வேணா வரலாம்னு.' உண்மையை இப்படிச் சுட்டிக் காட்டுவது அவனுக்குப் பிடிக்கவில்லை.

'சுபா, ரொம்ப எதிர்த்துப் பேசறே.'

அவள் மௌனமாக இருக்க, 'உன்னை வேற செக்‌ஷன்ல போட்டுர சிபாரிசு பண்ணப்போறேன், கார்ப்பரேட் ஆபீஸ் பானர்ஜிகிட்ட.'

'உங்க இஷ்டம் சார்.' அவள் உதடுகள் இறுகின.

'ஒரு செக்ரட்ரிக்கு உண்டான டெம்பரமெண்ட் இல்லை உங்கிட்ட.'

அவனை நிமிர்ந்து பார்த்தாள். 'சார், உங்க பர்ஸனல் லைஃப்ல ஏதோ உங்களுக்கு டிஸ்டர்பன்ஸ் இருக்குதுன்னு நினைக்கிறேன். அதனால உங்க கோபதாபங்களை எம்மேல காட்டறிங்க. எந்த விதத்தில நான் செக்ரட்ரிக்கு உண்டான கடமைகளைச் செய்யலை? ஏதாவது ஒரு இன்ஸ்டன்ஸ் சொல்லுங்க! சில நாள் சுமுகமா இருக்கிங்க. சில நாள் எரிஞ்சு விழறிங்க. என்னை எங்க

வேணா ட்ரான்ஸ்பர் பண்ண உரிமை இருக்கு உங்களுக்கு. இதை ஒரு பனிஷ்மெண்ட்டுன்னு நினைச்சிங்கன்னா, எதுக்கு சார் பனிஷ்மெண்ட்? தப்பு செய்யாததுக்கு பனிஷ்மெண்ட்டா? நான் என்ன சார் செஞ்சேன்?'

இப்போது அவள் கண்களில் லேசாகக் கண்ணீர். சட்டென்று கைக்குட்டையால் துடைத்துக்கொண்டாள். 'சரி போ' என்றான்.

'சரின்னா என்னை டிரான்ஸ்பர் பண்ணப் போறிங்களா?'

'யோசிக்கணும்' என்றான்.

'தாங்க்ஸ். நீங்க கூப்பிடாம இங்க இனி வரதில்லை. எதுக்கு வம்பு?'

'யூ மே கோ.'

அவள் போனதும், 'தப்பே இல்லாததுக்கு பனிஷ்மெண்டா? நான் என்ன செஞ்சேன்?' என்ற வார்த்தைகள் அவனைச் சுற்றி வந்தன.

தப்பித்தால் தப்பில்லை! குற்றத்தின் ஒவ்வொரு பகுதியையும் விரிவாக யோசித்துச் செய்தால் தப்பிக்கலாம்.

எப்படி பாலகிருஷ்ணன் என்கிற உபத்திரவமில்லாத பிரஜைக்கு இத்தனை வைராக்கியம் வந்தது? எத்தனை நாள், இந்த வைராக்கியம் தாங்கும்?

செய்யத்தான் வேண்டுமா? தடுமாற்றம் ஏற்படும்போதெல்லாம் அவன் மனத்தில் அந்தக் காட்சி சஞ்சலிக்கும். கால்கள்! பின்னிப் பிணைந்த கால்கள்! அவன் அவள்மேல் லேசாக அசைவது! எனது படுக்கையில், என் திருமண நாளன்று! என்ன துரோகம்!

வீட்டுக்குப் போனதும் கோட்டைக் கழற்றிவிட்டு, 'மஞ்சுநாத் வரலையா?' என்றான்.

'மத்தியானம் வந்திருந்தான். காண்ட்ராக்ட் விஷயமா உங்களை விசாரிச்சான். உங்களை மீட் பண்ணணுமாம்.'

'என்னவாம்?'

'பர்ஸனலா ஏதோவாம்.'

'அவனுக்குக் கல்யாணம் நிச்சயமாயிருச்சா?'

‘பாத்துட்டு இருக்காங்களாம்.’

‘உன் மாதிரி பொண்ணு வேணுமாம்?’

சிரித்தாள்.

‘உன் மாதிரி பொண்ணு கிடைக்கிறது கஷ்டம்.’

‘பரிகாசம் பண்ணாதிங்க.’

‘அழகு, பண்பு, விசுவாசம், கற்பு எல்லாம் ஒரு சேர உங்கிட்ட இருக்கு சாரு.’

‘நான் ஒண்ணும் அத்தனை நல்லவ இல்லைங்க.’

‘நீ ரொம்ப நல்லவ சாரு. என்னைக் கல்யாணம் பண்ணிக்கிட்டதே உன்னுடைய நல்லதனத்தாலதானே? உனக்கு எத்தனையோ அழகான மாப்பிள்ளைங்க கிடைச்சிருப்பாங்க.’

‘கல்யாணமாயி மூணு வருசம் கழிச்சுப் பேசற பேச்சைப் பாரு.’

‘குழந்தைகூட இல்லை.’

சாரதா அவனை நிமிர்ந்து பார்த்தாள். ‘என்ன என்னவோ தத்துப் பித்துன்னு பேசிக்கிட்டு. வேண்டாம்னுதான வெச்சிருக்கோம். குழந்தை பெத்துக்கறது ரொம்பச் சுலபம்! மாத்திரையை நிறுத்தினா குழந்தை! எனக்கு நீங்கதான் குழந்தை!’ அவன் கையை எடுத்துக் கன்னத்தில் ஒத்திக்கொண்டாள். திகைப்பாக இருந்தது. அந்தச் செயலில் இருந்த இயல்பும் நளினமும் ஒரு கணம் துரோகத்தையும் சோரத்தையும் மறக்கவைத்தன.

ஜாக்கிரதை! செண்ட்டிமெண்டே கூடாது. அவளுடன் ரொம்பக் கொஞ்சினால் மனம் மாற வைத்துவிடுவாள். டேஞ்சர்!

இரவு படுக்கையில் படிப்பு விளக்கைப் பொருத்திக் கொண்டான். வீட்டு வேலைகளை முடித்துவிட்டு கவுன் அணிந்து கொண்டு அருகில் அவனுடன் ஒட்டி உரசிக்கொண்டு படுத்தாள்.

பாலகிருஷ்ணன் புத்தகத்தில் ஆழ்ந்தான்.

பரிவுடன் அவள் கழுத்தைத் தடவினான். இந்த இடத்தில் இறுக்கினால் சுலபம். அங்கே எலும்பு தடுக்கும். அனாக்ஸியா என்றால் என்ன? ஹைராய்டு எலும்பு எங்கே இருக்கிறது? மெல்ல மெல்ல விரல்களால் வருட, ‘ஹூம் குறுகுறுங்குது’ என்றாள்.

செய்தித்தாளில் மூன்றாவது தலையங்கத்தில் போலீஸைச் சாடி ஒரு பத்தி எழுதப்பட்டிருந்தது. 'மக்களின் மனத்தில் பீதி பரவியிருக்கும் இந்த வேளையில் போலீசார் சீக்கிரமே குற்றவாளியைக் கண்டுபிடிக்கவில்லை என்றால் சில அப்பாவிகள் அடிபடச் சந்தர்ப்பம் இருக்கிறது என்பதைப் பற்பல சம்பவங்கள் நிரூபித்திருக்கின்றன. போலீசின் முதற்கடமை மக்களின் பத்திரம்; அவர்களின் மனத்தில் இருக்கும் பீதியை நீக்குவது. அதற்கு முதற்காரியமாகச் சோப்புக் கொலைகாரனைப் பிடித்தாக வேண்டும். இன்னும் சில தினங்கள்தான் என்று கமிஷனர் அறிக்கைகள் விட்டுப் பிரயோஜனமில்லை. உடனே அவன் பிடிபடவேண்டும்.'

பிடிபடவேண்டாம் என்று பிரார்த்தித்துக்கொண்டான். தன்னுடைய திட்டம் செயல்படும்வரையில் பிடிபட வேண்டாம்.

'சாரதா போன வருஷம் க்ளவ்ஸ் வாங்கினேனே, ஞாபகமிருக்கா?'

'ஆமா, அதுக்கென்ன இப்ப வெயில் காலத்தில்?'

'அதை எங்க வெச்சிருக்கேன்னு கேட்டேன்.'

'உங்க பெட்டிக்குள்ளதான் இருக்கு. எதுக்கு?'

'ஆபிஸ்ல ரெக்ரியேஷன் கிளப்பில டிராமா போடறாங்க. டயல் எம் ஃபர் மர்டர். அதுக்குத் தேவை.'

'நீங்க ஆக்ட் பண்ணறிங்களா என்ன?'

'இல்லை, நடிக்கப் போறதில்லை.'

'க்ளவ்ஸ் தரன். இப்பவே வேணுமா?'

'அவசரமில்லை. எங்க உன் ப்ரெண்டு மஞ்சு?'

'ப்ரெண்டா? என்ன சொல்றிங்க?'

'காண்ட்ராக்டரைச் சொன்னேன்.'

'மைசூர் போயிருக்கான், பொண்ணு பார்க்கறதுக்கு. எட்டு பொண்ணு பார்த்தாச்சு. எதுவும் அவனுக்குச் சரிப்பட்டு வரலை.'

'அவன் ஒண்ணும் கல்யாணம் பண்ணிக்கிற சாதியா தெரியலை!'

'ஏன்?'

'உம் மாதிரி பொண்ணு வேணும்னா எங்க கிடைக்கும்?'

'கிண்டலா?'

'சேச்சே, சீரியஸ்! உம் மாதிரிப் பொண்ணு கெடைப்பாளா? ரொம்ப ரேர்! சாரதா, நான் ரொம்ப அதிர்ஷ்டம் பண்ணவன்' என்று அவளை மார்புடன் சேர்த்து அணைத்துக்கொண்டான்.

'ரொம்பத்தான் கொஞ்சாதீங்க. மூச்சுத் திணறுது. விடுங்க... விடுங்க.. அய்யோ என்னங்க இது?'

ஜாக்கிரதை! அவனுள் கிளர்ந்த மூர்க்கம் ஒரு கணம். அவனுடைய கட்டுப்பாட்டுக்கு அப்பால் தவறவிருந்தது. ஜாக்கிரதை! ஜாக்கிரதை! இதுவல்ல சமயம்!

அவளை விடுவித்தான். சென்றவளின் திசையைப் பார்த்துக் கொண்டிருந்தான். ஜாக்கிரதையாகத் தாக்கவேண்டும். மண்டை உடையக் கூடாது. எனக்கு ரத்தம் வேண்டாம். ரத்தம் வந்தால் சிக்கல். வலுவாக ஒரு அடி. மயக்கம். அப்புறம் கயிறு. இதுதான் முறை. அதையே அப்படியே நடத்தவேண்டும்.

சோப்புக் கொலைகாரன்!

பாலகிருஷ்ணன் வெளியூர் சென்றிருக்கும்போது அந்தச் சோப்புக் கொலைக்காரன் வந்து அவளைக் கொன்றுவிட்டுப் போயிருப்பதாகக் காட்டவேண்டும்.

அதற்குள் அவன் அகப்பட்டுவிடக்கூடாது.

அதற்குள் பாலகிருஷ்ணன் எல்லா விதத்திலும் தயாராக வேண்டும்.

ஆபீஸ் அறையில் வெளியே பேச்சுக் குரல் கேட்டது. 'சுபா இங்கே வா.'

அவள் வந்ததும், 'சுபா! ஆபீஸ் சமயத்தில் கண்டவங்களோட பேசிக்கிட்டு இருக்கிறதுன்னா...'

சுபா கோபப்பட்டு வெளியே சென்று ஒரு இளைஞனை அழைத்து வந்தாள். 'கண்டவங்க இல்லை சார். என் அண்ணன். போலீஸ்ல இருக்கான்.'

அதை ஒரு எச்சரிக்கை போலவே சொன்னாள். போலீஸ் என்றதும் பாலகிருஷ்ணனுக்கு சுவாரஸ்யம் ஏற்பட்டு, ‘அப்படியா? போலீஸ்ல என்ன வேலை?’ என்றான்.

‘கமிஷனர் ஆபீஸ் கிளர்க் சார்.’

‘என்னய்யா போலீஸ்! அந்தச் சோப்புக் கொலைகாரனைக் கண்டுபிடிக்க முடியலை.’

‘கண்டுபிடிச்சுருவாங்க சார். ஒரு நாள் பூரா டிஸிகூட இருந்தேன். எனக்கு முழு விவரமும் தெரியும்.’

‘எப்ப கண்டுபிடிப்பாங்களோ தெரியலை.’

‘புதுசா ஒரு தியரி வெச்சிருக்காங்க சார். அவன் செய்த மூன்று கொலைகளுக்கும் உள்ள ஒற்றுமைங்களைப் பார்த்திருக்காங்க. மூணுலயும் செத்துப்போனது கல்யாணமான பெண்கள். ஆல் இண்டியா சைக்கியாட்ரிஸ்ட்டைக்கூடக் கேட்டிருக்காங்க. பெண்கள்மேல வெறுப்புள்ள ஒரு ஆள் செய்யற கொலைங் களாம். அப்புறம், கிட்ட வாங்க, யார் கிட்டயும் சொல்லாதிங்க!’

‘என்ன?’

‘சரியா ரெண்டு நாளிலே இன்னொரு கொலை செய்ய முயற்சிக்கப் போறான்! இது புரளி ஆயிடும்னு யார்கிட்டேயும் சொல்லவேண்டாம்னு சொல்லியிருக்காரு.’

‘இவர்கிட்டே சொல்லிட்டியே அண்ணா.’

‘இவர் நம்பாள்! தங்கமானவர். விஷயத்தைப் பரப்பாத இருந் திங்கன்னா மேற்கொண்டு சொல்றேன்.’

‘இல்லை, சொல்லுங்க.’

‘ஒரு கொலைக்கும் மற்றொரு கொலைக்கும் உண்டான இடை வெளில ஒரு பேட்டர்ன் இருக்கிறதைக் கவனிச்சிருக்காங்க. சரியா பதினெட்டு நாள்! கொலை செய்யத் தேர்ந்தெடுத்த இடங்கள்ளயும் ஒரு பேட்டர்ன் இருக்கு! என்னன்னவோ தியரி. ஹேபிட்டுங்கறாங்க. அடுத்த கொலை நார்த் பெங்களூர்ல நடந்தாலும் நடக்கும்ங்கறாங்க. அதாவது உங்க ஏரியால.’

‘க்ரேஸி’ என்று சிரித்தான் பாலகிருஷ்ணன்.

‘ஆளே க்ரேஸியா இருந்தா இந்த மாதிரி க்ளூவெல்லாம் கொடுத்துக்கிட்டே போவானாம். அதனால் உங்கள் ஏரியாவில நடந்தாலும் நடக்கும். ஜாக்கிரதையாவே இருங்க.’

‘தாங்க்ஸ்.’

‘வீடு வீடா இன்ஸ்ட்ரக்ஷன் கொடுத்துக்கிட்டே போறாங்க. பீட்டை அதிகப்படுத்துப் போறாங்க. பிடிச்சிருவாங்க. அவன் பணக்காரப் பையனா இருக்கலாமாம். வயசு, இடது கைப் பழக்கம் எல்லாம் கண்டுபிடிச்சிருக்காங்க. இட்ஸ் எ மேட்டர் ஆஃப் டேஸ்!’

இடது கை உபயோகிக்க வேண்டுமா என்ன?

‘அப்ப, ரெண்டு நாளில் எங்க பேட்டைல கொலை விழலாம்ங் கிறீங்க?’

‘ஆமா சார்! என்ன சிரிக்கிறிங்க?’

‘அதுக்குள்ள கண்டுபிடிச்சுட்டா?’

‘சிரமமில்லை. ஆனா ஆளு ரொம்ப பாச்சா காட்டறானே? எத்தனை பேரை விசாரிச்சிருக்காங்க தெரியுமா? எழுநூறு பேர் கிட்டத்தட்ட! இந்த மாதிரி மாஸ்ஸிவ் மேன்ஹண்ட் பாத்திருக்க மாட்டீங்க.’

‘சீக்கிரமே முடிஞ்சிட்டா நிம்மதியா தூங்க முடியும்.’

‘வரட்டுமா?’

இரண்டு நாள்! அதற்குள் என்ன செய்வது?

டைரக்டரிடம் டெலிபோன் மூலம் அப்பாயிண்ட்மெண்ட் வாங்கிக்கொண்டு அவர் அறைக்கு வெளியே காத்திருந்து உள்ளே போனதும் அவர், ‘உன்னை நானே கூப்பிடணும்னு இருந்தேன். மைசூர் போய் வர்றியா?’ என்றார்.

‘எப்ப சார்?’ என்றான் ஆச்சரியத்தைச் சமாளிக்க முடியாமல்.

‘எப்ப நீ ரெடியோ அப்ப. விக்ராந்த்ல இன்ஷ்யூரன்ஸ் க்ளெயம் இழுத்து அடிக்குது. இன்ஷ்யூரன்ஸ் கம்பெனிக்காரங்க பிடி

வாதமா இருக்காங்க. சர்வே பார்ட்டி வரப்ப நீயும் இருக்கிறது நல்லது.'

'சரி சார், உடனே போறேன்.'

'ஒரு நாள்ல முடிஞ்சுரும். ஆபீஸ் காரை எடுத்துட்டுப் போ.'

'இல்லை சார். பஸ் அல்லது ட்ரெய்ன்ல போறேன்.'

'ஓரியண்டுக்கு போன் பண்ணி ஏற்பாடு பண்ணிரு. ஆமா, ஸ்டெனோவைத் திட்டறியா?'

'சுபாவையா? இல்லையே. ஏன்?'

அட்மின்லருந்து ரிப்போர்ட் வந்தது. அந்தப் பொண்ணு ரொம்ப குறை பட்டுக்கிச்சாம். எரிஞ்சு விழறியாம். வீட்டில் ஏதாவது தகராறா? வீட்டில தகராறுன்னா ஆபீஸ்ல அது உன்னைப் பாதிக்கிறமாதிரி விடக்கூடாது. நானே கவனிச்சிருக்கேன். உன் அவுட்புட் சில வேளைல பிரில்லியண்ட். சில சமயம் நாசம்! ஏதாவது டிரபிளா சொல்லு?'

'இல்லை சார், எல்லாம் ஸார்ட் அவுட் ஆயிருச்சு.'

'என்ஜாய் யுர்ஸெல்ஃப் இன் மைசூர்! டேக் யுர் வைஃப், இஃப் யூ வாண்ட்.'

'வேணாம் சார், தாங்க்ஸ்.'

'ஆஸ் எ ஃப்ரெண்ட், ஏதாவது தேவைன்னா சொல்லு. ஐ கேன் ஹெல்ப்.'

சொல்லிவிடலாமா? என் மனைவி மற்றவனுடன் படுக்கிறாள் என்று? இல்லை. இதை நானே தீர்த்து வைக்கப் போகிறேன். என் திட்டம்தான் சரி.

சீட்டுக்கு வந்ததும் சுபாவைக் கூப்பிட்டான். பயந்துகொண்டே வந்தாள்.

'டைரக்டர்கிட்ட என்னைப் பத்தி புகார் பண்ணியா? நான் ட்ரீட் பண்றது சரியில்லைன்னு?'

'இல்லை சார்.'

'ஏ ஓ கிட்ட?'

'இல்லை சார்' என்றாள் அதிகம் அழுத்தமில்லாமல்.

'என்னைப் பத்தி என்ன நீ நினைச்சாலும் ஐ டோண்ட் கேர்! உனக்கு எங்கிட்ட வேலை செய்ய இஷ்டமில்லைன்னா இப்பவே...'

'வேணாம் சார்' என்று உதட்டைக் கடித்துக்கொண்டு கண்களில் ஊர்ந்த கண்ணீரை அடக்கிக்கொண்டாள். எவ்வளவு சுலபமாகக் கண்ணீர்!

'எங்கிட்ட இருக்கணுமின்னா என்னைப்பத்தி கம்ப்ளெயிண்ட் பண்ணக்கூடாது.'

'கம்ப்ளெயிண்ட் பண்ணலை சார் நான்.'

'பின்ன?'

'உங்களைப் பத்திக் கவலைப்பட்டேன்.'

'அதுக்கு வீட்டில ஒய்ஃப் இருக்கா.'

'அந்த மாதிரி கவலை இல்லை சார். கொஞ்ச நாளாவே நீங்க ஒரு மாதிரி ப்ரெடிக்ட் பண்ண முடியாத மூடுல இருக்கீங்க. கோவிச்சுக்காதீங்க. எப்ப எரிஞ்சு விழுவீங்க, எப்ப சாதாரணமா இருப்பீங்கன்னு சொல்லவே முடியறதில்லை.'

'கொஞ்ச நாளாவா?'

'ஆமாம். முன்பெல்லாம் இதுக்குக் கோவிப்பீங்க, இதுக்குக் கோவிக்க மாட்டீங்கன்னு தீர்மானமாத் தெரிஞ்சுக்க முடிஞ்சது. இப்பக் காரணமே இல்லாம கோபம். ஏன் சார்?'

மௌனமாக இருந்தான்.

'எனக்கு அதனால உங்கமேல கவலையா இருந்தது. உங்களுக்கு எந்த விதத்திலயாவது உதவி செய்யணும்னு தோணிச்சு. கேட்க பயமா இருந்தது.'

'சரி சரி!'

'ஸாரி, என்னைத் தப்பா நினைச்சுக்காதீங்க. உங்க சொந்த விஷயத்தில குறுக்கிட எனக்கு உரிமை இல்லை.'

‘இது ஒன்றும் பர்ஸனல் இல்லை. யூ மே கோ.’

‘ட்ரான்ஸ்ஃபர் மட்டும் பண்ணிடாதிங்க.’

‘இல்லை.’

சுபா லேசான சந்தோஷப் புன்னகையுடன் சென்றாள்.

ஜாக்கிரதையாக இருக்கவேண்டும். சுபா என்னும் கழுகு உன்னில் நிகழும் நுட்பமான மாறுதல்களையெல்லாம் கவனிக்கிறாள். இவளுடன் இயல்பாக நடந்துகொள்ளவேண்டும். வெளி உலகத்துக்கு எந்த வகையிலும் உன் போராட்டத்தைக் காண்பிக்கக் கூடாது. இப்போது மைசூர் ஒரு வரம்தான்! சர்வே வேலை ஒரு நாளில் முடிந்துவிடும். இரண்டு நாள் தங்கலாம். அதாவது தங்குவதாகச் சொல்லலாம்!

‘சுபா ரெண்டு நாள் நான் மைசூர் போறேன். தர்மப்ரகாஷ்ல வழக்கம் போல புக் பண்ணிடு.’

‘ரெண்டு நாளா சார்?’

‘ஆமா, ரெண்டு நாள்.’

அவன் மன வெளிச்சத்தில் சோப்புக் கொலைகாரனின் நான்காவது பலி’ என்று தலைப்பெழுத்துக்கள் பளிச்சிட்டன.

> மத்திக்கரையில் பாலகிருஷ்ணன் என்பவரின் மனைவி இன்று பிற்பகல் பயங்கரமாகக் கொலை செய்யப்பட்டார்! பெயர் சாரதா. இவர் கணவர் ஊரில் இல்லாதபோது இவரைப் பார்க்க யாரோ ஒருவன் கதவைத் தட்டியிருப்பதாகத் தெரிகிறது.

அவன் எண்ணத்தில் தெரிந்த செய்தித்தாளை சுபா கலைத்தாள். ‘மைசூர்ல ஏஸியா? நான் ஏஸியா? என்ன ரூம் புக் பண்ணணும் சார்?’

‘எதா இருந்தாலும் பரவாயில்லை சுபா.’

‘உங்களுக்கு ஏஸி ஆகாதே!’

‘சரி, நான் ஏஸி.’

அவள் அறைக்கு வெளியே போய் மைசூருக்கு டெலிபோன் செய்ய முயற்சித்துக்கொண்டிருந்தபோது பாலகிருஷ்ணன் தன் எண்ணங்களைத் தொடர்ந்தான்.

மாலை வீட்டுக்கு வந்து சட்டையைக் கழற்றிவைக்கும்போது 'நான் ரெண்டு நாளைக்கு மைசூர் போகவேண்டியிருக்கு சாரதா.'

'அப்படியா?' குரலில் உற்சாகமிருந்தது.

'நீயும் வரே.'

'லீவ்ல போறிங்களா?'

'இல்லை. ஆபிஸ் விஷயமாத்தான்.'

'ஆபீஸ் விஷயம்னா நான் எதுக்கு கூட?'

'இல்லை சாரதா. இந்தச் சமயத்தில இந்த ஏரியால எல்லாம் பீதியா இருக்கு. யாரோ சோப்புக் கொலைகாரனாம். உலாத்திக்கிட்டு இருக்கானாம். தெரியுமில்ல?'

'பேப்பர்ல பார்த்தேன். நீங்க இல்லாதபோது மத்தவங்களுக்கு ஏன் கதவைத் திறக்கிறேன்?'

திறந்திருக்கிறாயே ராட்சசி! அதற்காகத்தானே சாகப்போகிறாய் துடிதுடித்து!

'படுக்கை எடுத்து வைக்கணுமா?' என்று கேட்டது யோசனை யில் காதில் விழவில்லை. நடுவில் திரும்ப வருவதை யாரும் பார்க்கக் கூடாது. யாரும் பார்க்கப் போவதில்லை.

'என்ன யோசனை?'

'மைசூர்லருந்து உனக்கு ஏதாவது வாங்கி வரணுமா கண்ணு?'

'வாங்கி வரணுமான்னு கேட்டிங்களே, அதுவே போதும்!'

'இல்லை, ஏதாவது கேளு.'

'எனக்கு ஒண்ணும் வேண்டாம். இந்தத் துணி உலத்தற கொடியை ஆணி அடிச்சு மாட்டிக் கொடுத்திட்டிங்கன்னா அதுவே ரொம்ப உபகாரம்.'

'அவ்வளவுதானே? கயிறு இருக்குதா?'

'கயிறு சுத்தியல் ஆணி எல்லாம் இருக்குது. ஸ்டூலைப் போட்டு ஏறி மாட்டி, அடிச்சு கட்டிக் கொடுத்தாப் போதும்.'

*கயிறு! சுத்தியல்!*

சுத்தியல் மண்டையைப் பிளக்க! கயிறு கழுத்தை இறுக்க!

கயிறு வலுவாகத்தான் இருந்தது. சுத்தியலால் ஒரு அடி அடித்தால் போதும். மயக்கம் போட்டு விழுந்துவிடுவாள். ஓங்கி அடிக்கக்கூடாது. மண்டை உடையக்கூடாது. அடிப்பதின் நோக்கம் மயக்கம்தான். மரணம் கயிற்றின் இறுக்கத்தால்தான்.

இதுதான் அவன் முறை!

'நல்லாத்தான் ஆணி அடிக்கிறிங்க' என்றாள் சிரித்துக்கொண்டே.

அடிக்கத்தான் போகிறேன் பார்த்துக்கொண்டிரு. 'இத்தனை கயிறு வேண்டாம். மிச்சத்தை அலமாரில மேல் தட்டுல வெச்சுரு. ஊர்லருந்து திரும்ப வந்ததும் பால்கனில ஒண்ணு கட்டிர்றேன்.'

கயிற்றை இழுத்துக் கொடி கட்டியதும், அந்தச் சுத்தியலையும் அலமாரியின் மேல் தட்டில் வைத்தான். ஆயுதமும் கிடைத்து விட்டது. இனி என்ன? ஒரு சோப்புத் தூள் டப்பா. அவ்வளவு தான். அதை வரும்போது மைசூரிலேயே வாங்கி வரலாம்.

மைசூருக்குப் புறப்படுமுன் மனத்தில் பட்டியலைச் சரி பார்த்துக்கொண்டான். கயிறு, சுத்தியல், சோப்புத் தூள் டப்பா மூன்றுதான். அவனுக்கே அந்தப் பட்டியலை எண்ணிச் சிரிப்பாக இருந்தது.

இரண்டும் அலமாரியின் மேல் தட்டில் வைத்த இடத்தில்தான் இருந்தன.

'சாரதா மைசூர்ல இருந்து உனக்கு ஒரு ஆச்சரியமான பரிசு கொண்டுவரத்தான் போறேன்.'

'என்னவோ நீங்க ஒரு வாரமா நடந்துக்கற விதமே சரியில்லை.'

'வாட் டு யூ மீன் சாரதா?'

'பரிசு வேண்டாம். பரிவா இருந்தாப் போதும்.'

'நீ எனக்கு குடுத்தியே நம்முடைய கல்யாண தினத்தின்போது பரிசு...'

'என்ன கொடுத்தேன்?' என்றாள் ஆச்சரியத்துடன்.

'முத்தம்! இப்ப ஒண்ணு கொடுக்கிறியா, ஊருக்குப் போறதுக்கு முன்னாடி?'

கடமையாகக் கன்னத்தைக் காட்டினான். அதில் முத்தம் பதித்த போது இதுதான் கடைசி, நிஜமாகவே கடைசி என்பதில் சற்று துக்கமாகத்தான் இருந்தது. 'வரேன் சாரதா. சீக்கிரம் பார்க்கலாம்.'

போகுமுன் ஒரு முறை திரும்பிப் பார்த்தபோது நிலைப்படியில் முகத்தில் கேள்விக்குறியுடன் நின்றுகொண்டிருந்தாள். சத்தியமாக அதை எதிர்பார்க்கமாட்டாள். கணவன் ஏதோ விநோதமாக நடந்துகொள்கிறான்; ஒரு வேளை விஷயம் தெரிந்திருக்கலாமோ என்று சந்தேகப்படுவாள். காதலன் வந்ததும் கேட்பாள்.

'கவலைப்படாதே சாரதா. அவர் அசடு! அவரால கண்டு பிடிக்கவே முடியாது.'

'எனக்குப் பயமா இருக்கு மஞ்சு' என்பாள்.

'எப்ப திரும்பி வரார்?'

'ரெண்டு நாள்?'

'அப்ப வா, மஜாதான்! உள்ள போகவேண்டியதுதானே?' என்பான்.

பாவப் பிண்டங்கள். மெத்தை மேல் பின்னிப் புரண்டு ஒரு தூய உறவை மேலும் மேலும் கொச்சைப்படுத்திக் கொஞ்ச நேரச் சுகத்துக்காக ஒரு சமூக அமைப்பையே, ஒரு கணவனின் அத்யந்தத்தையே, ஒரு பாரம்பரியத்தையே புறக்கணிப் பார்கள். பன்றிகள் போல உழல்வார்கள். இன்னும் இரண்டு நாள் இந்தக் கானல் நீரைக் குடிக்கட்டும்! துடிப்பதற்குமுன் குடிக்கட்டும்!

திப்பு எக்ஸ்பிரஸ் சரியான நேரத்தில் போய்ச் சேர்ந்தது சந்தோஷமாக இருந்தது. தர்மப்ரகாஷில் சுபா இரண்டு நாளைக்கு ரூம் ரிசர்வ் செய்திருந்தாள். செய்தித்தாளை வாங்கி சினிமா பட்டியலைப் பார்த்தான். நாளைக்குப் போகவேண்டிய சினிமா, அதாவது போனதாகக் காட்டவேண்டிய சினிமா.

ஜன்னலுக்கு வெளியே லேசாகத் தூறல் இருந்தது. பாலகிருஷ்ணன் மிகவும் சாந்தமாக இருந்தான். அவன் தீர்மானம் கலையவே இல்லை. காலைக்குள் சர்வே வேலையை முடித்துக் கொண்டு கூடிய சீக்கிரம் நான்-ஸ்டாப் பஸ் ஏறி...

மகாராஜாவின் விசுவாசம் பாக்கியிருக்கும் கட்டடங்களின் ஊடே நடந்தான். ஆரவாரம் இல்லாத கடைத்தெரு. ஜனங்கள் யோசித்து நிதானமாக நடப்பதுபோல இருந்தது. தூறல்கூட யோசித்து யோசித்துத்தான் படர்ந்தது. மைசூர் அவனுக்கு ஒரு போர்வைபோல இதமளித்தது. கொஞ்ச நேரம் அலைந்துவிட்டு துப்பா தோசை ஒன்றும் காப்பியும் சாப்பிட்டுவிட்டு வெளியே வந்தபோது அவன் தோளை யாரோ தட்டினார்கள்.

'ஹலோ பாலகிருஷ்ணன் சார்.'

திடுக்கிட்டுத் திரும்பினான்.

'மஞ்சுநாத், நீ இங்க எப்ப?' என்று தடுமாறினான். எண்ணங்கள் விரைந்தன.

'சாரதா சொல்லலை, மைசூர் வந்திருக்கேன்னு?'

'ஆமா ஆமா. சொன்னதா ஞாபகம்.'

'நீங்க இங்க வரப்போறதா அவங்க சொல்லவே இல்லையே, தனியாவா இருக்காங்க? எத்தனை நாள்?'

'நாளன்னைக்குத் திரும்பிப் போயிடுவேன்.'

'நானும் நாளன்னைக்குத்தான்! வெரிகுட்! சாரதா எப்படி இருக்காங்க? பார்த்து ஒரு வாரம் ஆச்சு!'

'ஷி இஸ் ஓக்கே!'

'எங்க தங்கியிருக்கிங்க?'

'தர்மப்ரகாஷ்ல.'

'ரூம் நம்பர்?'

'நாப்பத்திரெண்டு.'

'சரி, ராத்திரி உங்களை வந்து பார்க்கறேன். உங்க கூடப் பேசணும்' என்று பிரிந்து சென்றான்.

‘நீ என்னை வந்து பார்க்க வேண்டாம். எனக்கு அதில் இஷ்டம் இல்லை’ என்று சொல்ல நினைத்தான். அதற்குள் அவன் விலகிவிட்டான்.

இவன் எதற்கு இங்கே வந்தான்? ஒருவிதத்தில் இதுவும் நல்லதுதான். என்னை மைசூரில் தீர்மானமாகப் பார்த்ததற்குச் சாட்சியம். நாளைக்கு நாளன்றைக்கு இரண்டு நாளும் இவன் ஒரு முறை என்னைப் பார்த்தால் போதும். ‘உங்ககூடப் பேசணும்.’

இந்த நாயுடன் என்ன பேச்சு? பேசாமல் ராத்திரி சினிமாவுக்குப் போய்விடலாம். எப்படியாவது என் விரோதத்தைக் காட்டத்தான் வேண்டும் என்று எண்ணிக்கொண்டான். இருந்தும் இவன் என்ன சொல்லப் போகிறான் என்று அறியவும் ஆர்வமாக இருந்தது. கொஞ்சம் அங்கே இங்கே அலைந்தான். நாற்பத்தைந்து ரூபாய்க்கு சாரதாவுக்கு ஒரு காஸ்ட்யூம் ஜ்வல்ரி வாங்கிக்கொண்டான். மற்றப் பேர் நம்ப வேண்டாமா? சுமாரான ஓட்டலில் ப்ளேட் மீல்ஸ் சாப்பிட்டான். ஒன்பதரை மணிக்கு ஹோட்டலுக்குத் திரும்பினான். தன் அறைக்கு வந்து படுக்கையில் படுத்துச் செய்தித்தாளை விரிக்க பஸ்ஸர் ஒலித்தது.

மஞ்சுநாத், ‘ஹாய்! எட்டரைக்கு ஒரு வாட்டி வந்தேன்’ என்று சுவாதீனமாக உள்ளே நுழைந்தான். ந்யூஸ் பேப்பரில் பாட்டில் ஷேப்புக்குச் சுற்றியிருந்தது. ரூம் சர்வீஸைக் கூப்பிட அவனே படுக்கைக்குப் பக்கத்தில் இருந்த மணியை அடித்தான். பேப்பரைப் பிரித்ததில் ஸ்காட்ச் பாட்டில்.

‘நம்ம ப்ரெண்டு மிடில் ஈஸ்ட்ல காண்ட்ராக்ட் எடுத்திருக்கான். நீங்க சாப்பிடுவிங்களோல்லியோ?’

‘இல்லை.’

‘நான் சாப்பிடலாமோ?’

‘ஓ எஸ்! நோ அப்ஜெக்ஷன்.’

‘ரெண்டு பாட்டில் சோடாவும் கிரவுண்ட்நட்ஸூம் கொண்டு வாப்பா’ என்றான் ரூம் சர்விஸ் ஆளிடம்.

குட்டையான மேஜைமேல் பாட்டிலை வைத்து, சிகரெட் பற்ற வைத்துக்கொண்டான். ‘சிகரெட்டாவது குடிப்பீங்களா?’

‘அதும் ரொம்ப ரேர். என்னவோ சொல்லணும்னுட்டு இருந்தீங்களே?’

‘சார், கோவால தஸ்தூர்ல உங்க கம்பெனிக்கு காண்டாக்ட்ஸ் உண்டா?’

‘உண்டு. ஏன்?’

‘அவங்க ஒரு மிடில் ஈஸ்ட் காண்ட்ராக்டருக்கு இண்டர்வ்யூ கூப்பிட்டிருக்காங்க. உங்களுக்கு யாரையாவது தெரியுமா?’

‘எனக்கு ஒத்தரையும் தெரியாதுப்பா. எங்க டைரக்டருக்குத்தான் தெரியும்.’

‘உங்க டைரக்டர்கிட்ட சொல்ல முடியுமா?’

‘சொல்ல முடியும். ஆனா எதுக்குச் சொல்லணும்?’

‘என்ன சார்? எனக்காக! நீங்க...’

‘உன்னைப்பத்தி நிஜமாவே தெரியாதேப்பா.’

‘என்னைப் பத்தி சாரதாகிட்ட கேளுங்க. எவ்வளவு நல்ல பையன்னு சொல்வாங்க.’

‘பார்க்கலாம்.’ பாலகிருஷ்ணனுக்குள் உள்ளம் கொதித்தது. என் மனைவியுடன் படுத்துவிட்டு என்னிடமே வேலைக்குச் சிபாரிசு கேட்கிறான். என் அறையில் வந்து நான் இவனை வரவேற்று கடலைக்கொட்டை கொடுத்துக்கொண்டிருக்கிறேன்! இந்த நிமிஷமே இவன் கழுத்தை நெரித்தால் என்ன?

லேசாக சோடா ஊற்றிக்கொண்டு முதல் ஸிப்புக்கு அப்புறம் கொஞ்சம் இருமிவிட்டு, ‘பாருங்க சார் ஒரு நண்பனுக்காக... ஷ்யூர் யூ டோண்ட் வாண்ட் ஸம்?’ என்று பாட்டிலைக் காட்டினான். ‘எல்லாத்தையும் நானே சாப்பிட விரும்பவில்லை.’

மெல்ல மெல்ல இரண்டாவது உள்ளே போனது. ‘பாலகிருஷ்ணன் சார்! நீங்க என் உயிர் சினேகிதர். நீங்க ஒண்ணு சாப்பிட்டே ஆகணும். ப்ளீஸ்’ என்றான்.

‘வேணாம்பா, பழக்கமில்லை!’

‘யுவர் ஒய்ஃப், பாலகிருஷ்ணன் சார், இஸ் ப்யூட்டிஃபுல்’ என்றான். மூன்றாவதில், ‘அவங்க மாதிரி ஒரு மனைவி கிடைக்கிறதுக்கு நீங்க கொடுத்து வெச்சிருக்கணும். உங்கமேல என்ன மரியாதை, என்ன அன்பு தெரியுமோ அவங்களுக்கு?’

'அப்படியா?'

'ஷி இஸ் எ ஜெம்! எனக்கு மேரேஜ் ஆகலை. நிறைய பெண் களைப் பார்த்துட்டேன். ஒருத்தியும் பிடிக்கலை. ஒருத்தரும் உங்க மனைவிமாதிரி அத்தனை அழகா இல்லை இன்னைய தேதிக்கு! அப்புறம் தீர்மானிச்சுட்டேன் கல்யாணமே பண்ணிக்கப் போறதில்லைன்னு. எதுக்குக் கல்யாணம்? வேணும்னா அது ஃப்ரீயா கிடைக்குது. முதல்ல கேரியர். காண்ட்ராக்டில ஒரு வருஷத்தில நாப்பதாயிரம் அம்பதாயிரம் பண்றேன். டாக்ஸ் கட்டறதில்லை. நோ டாக்ஸ்! ஆனா ஒரு வருஷத்தில மூன்று லட்சம் பண்ணலாம். நாலு லட்சம்! இங்க இல்லை. சவுதில. ஆனா விசா கிடைக்கிறது கஷ்டம். தஸ்தூர் காண்ட்ராக்ட் கிடைச்சா அவங்களே எல்லாம் பாத்துப்பாங்க. எனக்குக் கேரியர் முக்கியம். இந்த வயசில சம்பாதிக்கலைன்னா வேற எப்ப சம்பாதிக்க முடியும்? என் தலை பாருங்க. இப்பவே ஒரு நரை மயிர். எச்சரிக்கை தரது! சமயம் ஆயிட்டிருக்கு. பாலகிருஷ்ணன் சார்! யூ மஸ்ட் ஸ்பீக் டு யுர் பாஸ்! உங்க ஒய்ஃப்கிட்ட என்னைப் பத்தி கேட்டுப் பாருங்க. நான் எத்தனை நல்லவன்னு சொல்வாங்க. சாரதா இஸ் ப்யூட்டிஃபுல். யூ ஆர் லக்கி! நாளைக்கு நான் உங்களுக்கு லலித் மஹல் பேலஸ்ல பார்ட்டி தரேன். ஷ்யூர், யூ டோண்ட் வாண்ட் எ ட்ரிங்க்?'

அப்போது முழுப்போதையில் லேசாகக் கப்பல் போல ஆடிக்கொண்டிருந்தான்.

பாலகிருஷ்ணன் அவனை முறைத்துப் பார்த்தான்.

'இதப் பார் மஞ்சுநாத்! எனக்கு எல்லாம் தெரியும்' என்றான்.

அவன் புன்னகை செய்து 'வெரி குட்! உங்களுக்கு எப்பவுமே நிறையத் தெரியும்னு எனக்குத் தெரியும். யூ ஆர் பியூட்டிஃபுல். யுவர் ஒய்ப் இஸ் ப்ரெட்டி. ஐ என்வி யூ!'

'உன் நிஜ சொரூபம் தெரிஞ்சதாலே நான் உனக்கு ஹெல்ப் பண்ணவே மாட்டேன்' என்றான்.

'நிஜ சொரூபம்... பாலகிருஷ்ணன் சார்! யாருக்குமே நிஜ சொரூபம் கிடையாது! எல்லாம் பொய்! என் ப்ரின்ஸிப்பிள் லைஃப்ல என்னன்னா, என்ஜாய் யுவர்ஸெல்ப். தப்பிச்சாத் தப்பில்லை. அதான் என் பிலாஸஃபி, கமான். இப்பவே

போலாம் வாங்க. இங்க இருக்கிற ப்ராஸ் எல்லாம் எனக்குத் தெரியும். காந்தாமணி ராதாமணி ரமாமணி எல்லாம் மணியாகவே இருப்பாளுங்க. வாங்க போகலாம். லெட்ஸ் பெயிண்ட் த டவுன் ரெட்! நான் சாரதாகிட்ட சொல்லமாட்டேன். வாங்க. வாங்க போகலாம். லெட்ஸ் என்ஜாய், கம்! பார்க்காத வரைக்கும் பாவமில்லை.

'இல்லைப்பா, நான் வரலை, நீ போ.'

'கம்! சாரதாகிட்ட சொல்ல மாட்டேன். கம்! சாரதா இஸ் ப்யூட்டிஃபுல்! பட் இன் பெங்களூர்! வாங்க போகலாம். அப்படி ஒரு சரக்கு காட்டறேன். நின்னு விளையாடும்! பெட்டர் தன் யுர் ஒய்ஃப்!'

பாலகிருஷ்ணனை அழைத்துப் போகவேண்டியது அவசியம் போல அருகில் வந்து கையைப் பிடித்து இழுக்க பாலகிருஷ்ணன் அவனைக் கொஞ்சம் தள்ள, படக்கென்று பின்பக்கமாக விழுந்தான்.

படுக்கையில் பாதியும் அந்தரத்தில் பாதியுமாக விழுந்தவன் போதை ஆக்கிரமிக்கப்பட்டு அப்படியே கிடந்தான். தூங்கிப் போனான்.

பாலகிருஷ்ணன் அவனைக் கண் கொட்டாமல் பார்த்தான். இவனை இங்கேயே கொன்றுவிட்டால் என்ன?

இங்கும் அங்கும் தேடினான். கயிறு! கயிறு! ஸ்ட்ராங்குலேஷன்தான் சரி. அதைப்பற்றித்தான் நிறையப் படித்திருக்கிறான். கயிறு! சே, அந்தக் கயிறைக் கொண்டு வந்திருக்க வேண்டும். அண்டர்வேர் நாடாக் கயிறு போதுமா? கழுத்து தடிப்பாக இருக்கிறது. கத்தியால் குத்த விருப்பமில்லை. இங்கேயே கிடக்கட்டும். கடை திறந்திருக்குமா? ஆயுதம் வாங்கி வரலாமா? இல்லை, பாட்டிலை உடைத்துக் கூர்மையான ஆயுதம் பண்ணிக்கொண்டு...

தப்பித்தால் தப்பில்லை.

என்ன ஒரு பைத்தியக்காரன் நான்! இவனை இப்போது இங்கே கொன்றால் எவ்வளவு சுலபமாக அகப்பட்டுக்கொள்வேன்! அறை என் பெயரில் இருக்கிறது. இவன் என்னைச் சந்திக்க வந்ததைப் பார்த்திருக்கிற சிப்பந்திகள் இருக்கின்றனர். சே! பாலகிருஷ்ணன், உன் முக்கியக் குறிக்கோளிலிருந்து விலகாதே.

*அது நாளைக்கு.*

அவனை இழுத்துத் தரையில் கிடத்தினான். உடனே புரண்டு குறட்டை ஒலியுடன் தூங்க ஆரம்பித்துவிட்டான்.

ரூம் சர்வீஸ் பையன் வந்து மௌனமாக பாட்டில்களையும் தம்ளர்களையும் காலி சோடாப்புட்டிகளையும் விலக்க, பால கிருஷ்ணன் தன்னைப்போல் ஏமாளி யாராவது உலகத்தில் இருக்க முடியுமா என்று யோசித்தான். ஏன் தைரியமில்லாமல் இருக்கிறேன்? ஏன் அவன் குடிக்கும்வரை காத்திருக்கிறேன்? ஏன் பளிச்சென்று, 'அடேய் பாதகா! உன்னைப் பிடிக்கவில்லை. ஒழிந்து போ' என்று அவனைத் துரத்தாமல் அவனை என் அறையில் கூட்டி வைத்துப் பேசிக்கொண்டு இஷ்டத்துக்கு அவனுக்கு படுக்க இடமும் அளித்திருக்கிறேன்? இந்தத் தாட்சண்யம்தான் என் குறை! இதைத்தான் அவர்கள் யாவரும் உபயோகித்துக்கொள்கிறார்கள். போதும், இந்தச் சமரச வாழ்வு போதும். நாளையிலிருந்து நான் வேறுவிதமானவன். முதன் முதல் ஆண்மைமிக்க காரியம் செய்யப்போகிறேன். துரோகம் செய்தவளைத் தீர்க்கப்போகிறேன். இவன் இருக்கட்டும். எனக்காகச் சாட்சி சொல்ல இந்த மஞ்சுநாத் இருக்கட்டும். நாளன்றைக்கு இவனுடன் கூடவே திரும்பலாம். கோர்ட்டில் சாட்சி சொல்ல அவன் எனக்குத் தேவைப்படலாம். இவனைச் சமயம் பார்த்து மைசூருக்கு அழைத்துவந்ததிலும் விதியின் விளையாட்டு இருக்கிறது.

பாலகிருஷ்ணனுக்குத் தூங்க முடியவில்லை. விளக்கை அணைக்கப் பயமாக இருந்தது. மஞ்சுநாத்தின் குறட்டைச் சப்தம் காதைத் துளைத்தது. அவன் முகத்தின்மேல் தலையணையை வைத்துப் பொத்தினான். அந்தப் பக்கம் திரும்பிப் படுத்தான். குழப்பமான கனவுகளின் இடையே தூங்கிப் போனான்.

காலை எழுந்த போது மஞ்சுநாத்தைக் காணவில்லை. மேசை மேல் ஒரு சிறிய குறிப்பு மட்டும் இருந்தது.

அன்புள்ள பாலு (பாலுவாம் பாலு!)

தூங்கிக் கொண்டிருந்தீர்கள். கலைக்கவேண்டாம் என்று புறப்பட்டு விட்டேன். மாலை ஏழரைக்குச் சந்திக்கிறேன். எல்லாவற்றுக்கும் நன்றி! எம்.

எல்லாவற்றுக்கும் நன்றி. உன் மனைவி உள்பட!

ஏழரைக்கு வருகிறேன் என்று சொல்லியிருக்கிறான். அதற்குள் பெங்களூர் போய்த் திரும்பிவிடவேண்டும். அப்படியெனில் இரண்டு இரண்டரைக்கு பெங்களூரிலிருந்து புறப்பட வேண்டும். அப்படியென்றால் பத்து பத்தரைக்கெல்லாம் மைசூர் காரியம் முடிந்துவிட வேண்டும். முடிந்துவிடும். சர்வேயரை எட்டு மணிக்கு தொழிற்சாலை திறக்கும் சமயம் வரச் சொல்லியிருக்கிறான். வந்துவிடுவான். பார்க்கலாம். தாமதமானால் பதற்றப்படக்கூடாது. திரும்பி வந்தால் உத்தமம். முடியவில்லை எனில் சினிமா போனேன் என்று சொல்லிக் கொள்ளலாம்.

பாலகிருஷ்ணன் எதிர்பார்த்தபடியே எல்லாம் நடைபெற்றது. சர்வே சீக்கிரமே முடிந்துபோய் விஷயம் செட்டில் ஆகிப் புறப்படும்போது மணி ஒன்பதே கால். பஸ் நிலையத்துக்குப் போனதுமே அவனுக்காகக் காத்திருந்ததுபோல ஒரு பஸ் கிடைத்தது. பஸ்ஸில் ஏறுவதற்கு முன் ஒரு சோப்புத் தூள் டப்பா வாங்கி வைத்துக்கொண்டான்.

பஸ்ஸில் யாராவது தெரிந்தவர்கள் இருந்துவிடப் போகிறார் களோ என்று கவலைப்பட்டான். ஒரு வயதான அம்மாவைப் பார்த்த முகமாக இருந்தது. எங்கே என்று தெரியவில்லை. அவள் இவனை ஒருமுறை ஏறிட்டுப் பார்த்துவிட்டு முகத்தைத் திருப்பிக்கொண்டாள். பரிச்சயம் காட்டும் வகையில் பார்வை தயங்கவில்லை. முன் சீட்டில் போய் உட்கார்ந்துகொண்டான். பஸ் புறப்பட்டு வேகம் பிடித்து ஜன்னல் காற்று முகத்தில் வீச, ஏன், ஏன் இந்தப் பிரயாணம் என்று யோசித்தான். சுருங்கச் சொல்லப் போனால் பொண்டாட்டியைக் கொல்வதற்கு.

எதற்காகக் கொல்லவேண்டும்? அவள் செய்தது எந்த விதத்தில் பாவம்? மரண தண்டனை விதிக்கும் அளவுக்குப் பாவமா?

ஆம், பாவம்தான்!

ஏன்?

ஓ! நம்பின ஒருத்தனை ஏமாற்றியதற்காக! கணவன் மனைவி என்ற உறவின் புனிதத்தையே மாசு படுத்தியதற்காக. இந்த மாதிரி

துரோகம் செய்துவிட்டுத் தப்பித்துவிட்டால் சமூகத்தின் அடிப்படை அஸ்திவாரமே கலைந்து போகிறது. மிருகங் களுக்கும் நமக்கும் அப்புறம் என்ன வித்தியாசம்? அன்றைக்குப் பார்த்த காட்சி அவன் மனத்தில் ஆறாத காயத்தை ஏற்படுத்தி விட்டது.

திரை லேசாக ஃபேன் காற்றில் ஆடுகிறது. படுக்கையின் அடி வாரத்தில் சாரதாவின் உடைகள் ஒவ்வொன்றாக விழுகின்றன.

என்ன சாமர்த்தியமா அன்னைக்கு எல்லாத்துக்கும் எக்ஸ்ப்ள னேஷன் கொடுத்தேன் பாரு. நம்பினாரா இல்லையா...

உடல்களின், கால்களின் பின்னல்.

பாலகிருஷ்ணனின் சொந்தச் சட்டப் புத்தகத்தில் இந்தத் துரோகத்துக்குத் தண்டனை மரணம்தான். சந்தேகமே இல்லை.

வெளியே தீய்க்கப்பட்ட கரும்பு நிலங்களைப் பார்த்தான். மண்டியா. உடல்களின் பின்னல். கால்களின் சரசம். என் படுக்கை. என் மனைவி. என் கல்யாணத்தின் வருடாந்திரம்!

மிக முக்கியமான கட்டம் பெங்களூர் போனதும் யாரும் பார்க்காமல் வீட்டை அடைவது. மஞ்சுகூட ஊரில் இல்லை. வீட்டில்தான் இருப்பாள். சாப்பிட்டுவிட்டுப் படுத்திருப்பாள். மிக விரைவில் செயல்பட வேண்டும். கதவைத் திறக்க என்னிடம் இரண்டாவது சாவி இருக்கிறது.

திறந்து அவள் எழுந்தால் சரி. எழுந்திருக்காவிட்டால் கதவு திறந்ததும் அலமாரியில் மேல் தட்டில் வைத்திருக்கும் சுத்திய லால் முதலில் மண்டை மேல் ஒரு பலத்த அடி! பின்னர் கழுத்தில் கயிறால் பலத்த இறுக்கம். மூச்சு நிற்கும்வரை, என் ஆத்திரம் வடியும்வரை இறுக்கம். அவள் முகத்தைப் பார்க்காதே. கடைசி நேரப் பச்சாதாபத்துக்கு இடம் கொடுக்க வேண்டாம். அவளிடம் சொல்லிவிட்டுக் கொலை செய்யலாம் என்கிற யோசனையைக் கைவிட்டுவிட்டான். சில நிமிஷங்களில் சாகப் போகிறவள் தெரிந்து செத்தால் என்ன, தெரியாமல் செத்தால் என்ன? அவளுக்கு அந்தக் கடைசி நேரங்களில் இதையெல்லாம் யோசிக்க அவகாசம் கிடைக்குமா என்ன? சொர்க்கமாவது நரகமாவது! செத்துப்போனபின் அவ்வளவுதான். அதன்பின் ஒரு பெரிய பூஜ்யம்! சூன்யம்! அவ்வளவுதான்.

பெங்களூர் வந்து சேர்ந்தபோது மணி இரண்டு.

சுபாஷ் நகர் பஸ் நிலையத்தில் இறங்கினான். போலீஸ் உதவியுடன் வரிசையாக ஆட்டோ ஏற்பாடு பண்ணிக் கொண்டிருந்த ஸ்டாண்டை விட்டு வெளியே வந்தான். கடந்து கொண்டிருந்த ஆட்டோவைக் கையால் தடுத்து சைகை காட்டி நிறுத்தி ஏறிக்கொண்டான்.

ஆட்டோ ஓட்டுபவன் அவனை திரும்பிப் பார்க்காமலே அதன் மீட்டரைப் பொருத்தினான்.

ஆட்டோ ரிக்ஷாவின் கான்வாஸில் ப்ரஜாவாணி செருகியிருந்தது. அதை எடுத்துப் படிக்கலாமா என்று யோசித்தான். கன்னடம் தடுக்கித் தடுக்கிப் படிக்க வேண்டும். இப்போது பேப்பர் படிக்கும் மனநிலையில் இல்லை.

படித்திருக்கலாம். ப்ரஜாவாணியின் முன்பக்கத்தில் தலைப்புச் செய்தியையாவது படித்திருக்கலாம்.

'சோப்புக் கொலைகாரன் பிடிபட்டான்!' என்ற செய்தியைப் படித்திருக்கலாம்.

பாலகிருஷ்ணன் படிக்கவில்லை. அவன் மனத்தில் அவன் திட்டத்தின் கடைசி விவரங்களைத் தீட்டிக்கொண்டிருந்தான். ஆட்டோவை ஸி.பி.ஆர்.ஐ க்வார்ட்டர்ஸ் அருகிலேயே அனுப்பிவிடவேண்டும். இல்லை யஷ்வந்த்பூர்வரை போகலாமா? இரண்டுக்கும் இடையில்தான் இருக்கிறது வீடு. கடைசி ஒரு கிலோமீட்டரை நடந்துதான் கடக்கவேண்டும். பரிச்சயமில்லாத பாதையில் செல்லவேண்டும். தெரிந்தவர்கள் வீடுகள் இருக்கும் சந்துகளைத் தவிர்க்கவேண்டும்.

சோப்புத் தூள் சாம்பிளை மறக்காமல் அவளருகே அல்லது ஹால் மேஜைமேல் வைத்துவிட்டுப் புறப்படவேண்டும். போலீசார் நம்புவதற்கு சோப்புத் தூள்! அதே மண்டைத் தாக்குதல்! அதே கழுத்துச் சுருக்கு! போலீசார் வேறு எவரையும் சந்தேகப்படவே முடியாது. நாளை செய்தித்தாளில் பொறி பறக்கும். சோப்புக் கொலைகாரனின் நாலாவது கொலை! மைசூரில் தர்மப்ரகாஷில் உட்கார்ந்துகொண்டு பார்க்கலாம். பதறலாம். மஞ்சுவும் பார்த்த உடனே என் அறைக்கு வருவான். இரண்டு பேரும் சோகமாகக் கிளம்பி போலீஸைப் பார்த்து...

ஆட்டோவுக்குச் சரியாகச் சில்லரை கொடுத்ததால் அவன் ஒரு முறைகூட ஏறிட்டுப் பார்க்கவில்லை. அவன் இறங்கிய இடத்தையும் வீட்டையும் சம்பந்தப்படுத்தவே முடியாது.

மணி பார்த்தான். மெல்ல நடந்தான். அவசரமாகக் கட்டப்பட்ட ஆஸ்பெஸ்டாஸ் வீடுகள். செங்கல்லையும் களிமண்ணையும் போட்டுப் பூசி மெழுகின வீடுகள். நடுத்தர வர்க்கக் குடிசைகள். கிணறுகள். ஒவ்வொரு வீடும் ஒவ்வொரு திசையைப் பார்த்துக் கொண்டு, எருமை மாடு கட்டி, ஏறக்குறைய ஸ்லம்தான். பிள்ளைகள் குச்சி பதித்து கிரிக்கெட் ஆடிக்கொண்டிருக்க பெண்கள் வீட்டு வேலைகளை முடித்துவிட்டு வெளியில் உட்கார்ந்திருக்க... பெண்கள்! கணவனை ஏமாற்றாத பெண்கள்!

பக்கத்து கிராஸிலிருந்து தன் வீட்டைப் பார்த்தான். கட்டட வேலை நடக்கும் இடம் காலியாகத்தான் இருந்தது. ஒரே ஒரு தூளி கட்டப்பட்டு ஒரு குழந்தை தூங்கிக்கொண்டிருக்க அருகில் ஒரு பெண் தொழிலாளி தரையில் உறங்கிக்கொண்டிருந்தாள். சட்டென்று காம்பவுண்டில் இருந்த உடைப்பைக் கடந்து சஜ்ஜாவின் நிழலில் நின்றான். தன்னை யாருமே கவனிக்க வில்லை. தெருவே வெறிச்சென்றிருந்தது. எல்லோருக்கும் மத்தியானத் தூக்கம் போலும். பக்கத்துத் தெருவில் கேரட் விற்பவன் குரல் கேட்டது. சட்டென்று தன் வீட்டு வாசலுக்கு வந்து நின்றுகொண்டான். பாக்கெட்டில் கை விட்டுச் சாவியை எடுத்து லேசாகத் திறந்தான்.

கதவு ஒத்துழைத்தது. மிக லேசாகத்தான் சப்தம் கேட்டது.

உள்ளே நுழைந்து, சாவியை எடுத்துப் பைக்குள் போட்டுக் கொண்டு, கதவை உள்பக்கம் சார்த்திக்கொள்ளுமுன் கைக் குட்டையை எடுத்து, கதவைத் தொட்ட இடத்தில் துடைத்தான். அலமாரியின் மேலே பார்த்தான். செய்தித்தாள்கள் அவன் கலைத்தவாறே இருந்தன. அலமாரிக்கு அருகில் சென்று கையைச் செய்தித்தாளின் இடைவெளியில் செலுத்தித் தேடினான். முதலில் கயிறு அகப்பட்டது. பின்னர் சுத்தியல், பதற்றமே இல்லாமல் இருந்தான். படுக்கை அறையின் திரை லேசாக ஆடியது. உள்ளே ஃபேனின் மெலிதான சப்தம் கேட்டது. தூங்குகிறாள். கயிற்றைத் தன் தோளில் போட்டுக் கொண்டு சுத்தியலைப் பதம் பார்த்தான். சோப்பு டப்பாவைக் கைக்குட்டையால் துடைத்து, மேஜைமேல் வைத்தான்.

மெதுவாகப் படுக்கை அறையை அணுகினான். படுக்கையின் நடுமையத்தில் சுகமாகத் தூங்கிக்கொண்டிருந்தாள். மெலிதாகக் குறட்டைச் சப்தம் கேட்டது. வாய் சற்றே திறந்திருந்தது. வாயோரத்தில் லேசாக எச்சில் தெரிந்தது. சுவாசத்துக்கு ஏற்ப மார்பு ஏறி இறங்குகிறது. இடையோடு புடைவை ஒட்டி யிருக்க...

இந்த இரண்டு சமாசாரத்துக்காகத்தானே உலகமே இந்த அல்லாட்டம்! இந்த மார்பைத்தான் அவன் தொட்டிருக்கிறான். இதே இடையைத்தான் அவன் வளைத்திருக்கிறான். வளைத்து, முடிச்சுக்களை விடுவித்து என், என் மனைவியை நிர்வாணம் ஆக்கியிருக்கிறான் இந்தப் பாவி! காட்டிக்கொண்டு இருந்திருக் கிறாள். கால்களை அகற்றியிருக்கிறான்...

சீயும் குருதிச் செழுநீர் வழும்பும் செறிந்தெழுந்து
பாயும் புடைவை ஒன்றில்லாதபோது பகல் இரவாம்
ஈயும் எறும்பும் புகுகின்ற யோனிக்கு இரவு பகல்
மாயும் மனிதரை மாயாமல் வைக்க மருந்தில்லையே!

பாலகிருஷ்ணன் தன் கையிலிருந்த ஆயுதத்தைச் சரி பார்த்து அவள் மண்டைக்கு மேல் பிடித்து ஓ ஓங்கி...

**நா**ன்கு நாட்களாக பாலகிருஷ்ணன் தன் அறையிலேயே உட்கார்ந்திருந்தான். மாலை நேரம், ஆபீஸ் முடிந்து எல்லோரும் விலகிப் போய்விட்டார்கள். வெளியே பெங்களூர் இன்று மழை என்று திடீர்த் தீர்மானம் செய்திருந்தது. அவசர மேகங்கள் சூழ்ந்து கொள்ள அகாலமாக இருட்டாகி இருந்தது. பாலகிருஷ்ணன் இருட்டைப் பொருட்படுத்தாமல் கன்னத்தில் கை வைத்துக் கொண்டு ஒரே திசையில் பார்த்துக்கொண்டு உட்கார்ந்திருந்தான். அவன் கண்களின்கீழ் கரிய நிழல் தெரிந்தது. குளிக்கவில்லை. முகத்தில் நான்கு நாள் தாடி.

சுபா உள்ளே வந்து அவனை நிதானமாகப் பார்த்தாள்.

'சார், ஆபீஸ் மூடணும்.'

பேச்சில்லை.

'சார்?'

நிமிர்ந்தான். அவளை அன்னியன்போலப் பார்த்தான்.

'ஆபீஸ் மூடணும்.'

'நான் மூடிக்கிறேன். நீ போ.'

'வீட்டுக்குப் போகலியா?'

'வீட்டில என்ன இருக்கு?'

அவனை மறுபடி ஆழ்ந்து பார்த்தாள். 'சரி, குட்நைட் சார்.'

'குட் நைட் சுபா.'

'சார்.'

'என்ன?'

'உங்களுக்கு எந்த வகையிலாவது ஆறுதலா இருக்க முடியும்னா நான் தயார். உங்களை நாலு நாளாப் பார்த்துக்கிட்டே வரேன், பரிதாபமா இருக்கு சார். நீங்க ஏதோ சொல்ல விரும்பறீங்க. எங்கிட்ட சொல்லலாம். நான் யார்கிட்டேயும் சொல்லமாட்டேன். என்னை நம்பலாம். சில வேளையில் சில துக்கங்களை, கவலைகளை யார் கிட்டயாவது சொல்லிட்டா ஆறுதல் கிடைக்கும். அந்த விதத்தில் என்னை நீங்க உங்க நலன்ல அக்கறை உள்ள ஃப்ரெண்டு மாதிரி ட்ரீட் பண்ண இஷ்ட மிருந்தாச் சொல்லலாம்.

பாலகிருஷ்ணன் அவளை முழுவதும் நிமிர்ந்து மேலும் கீழும் பார்த்தான். அவள் தன் மேலாடையைத் தேவையில்லாமல் சரி செய்துகொண்டாள்.

'தாங்க்ஸ் சுபா. எனக்கு யாரும் வேண்டாம்.'

'சாரி சார். குட் நைட். ஆபீஸ் கதவைச் சார்த்திப் பூட்டிட்டு செக்யூரிட்டிகிட்ட சாவி கொடுத்துருங்க.'

'இல்லை, நான் எங்கேயும் வெளியே போகப்போறதில்லை.'

'சரி. காலைல பார்க்கலாம்.'

வெளியே கிளம்ப இருந்தவளை 'சுபா' என்று ஒரு முறை கூப்பிட்டான்.

‘எஸ் சார்?’

‘உடனே போகணுமா?’

‘இல்லை, ஏன்?’

அவளைக் கண் கொட்டாமல் பார்த்தான். இதுவரை சிப்பந்தியாகத்தான் பார்த்திருக்கிறான். இந்தத் தனிமையான சந்தர்ப்பத்தில் இந்தக் குழப்ப வேளையில் அவள் ஒரு பெண்ணாக ஆசாபாசக்காரியாகத் தோன்றினாள்...

சொன்னால் என்ன?

யாரிடமாவது சொல்லித் தீர்த்தால்தான் மனச்சுமை நீங்குமோ? இனி சொன்னால் என்ன? சொல்லாவிட்டால் என்ன? யாரிடமாவது சொல்லித்தான் ஆகவேண்டும். மனசுக்குள் அதை நெருப்புத் துண்டுபோல வைத்துக்கொண்டு அதிக காலம் ஜீவிக்க முடியாது. கொழுந்துவிடுகிறது. துப்பித்தான் ஆகவேண்டும்!

ஒரு பெண்ணின் துரோகத்தை எனக்குப் புரியவைக்க மற்றொரு பெண்தான் வேண்டும். அவர்களுடைய லாஜிக் அவர்களுக்குத்தானே புரியும்!

‘என்ன சார் பார்க்கறிங்க?’

‘உக்காரு சுபா.’

நாற்காலி விளிம்பில் உட்கார்ந்தாள்.

‘உடனே வீட்டுக்குப் போகணுமா?’

‘இல்லை சார்.’

‘நான் ட்ராப் பண்றேன் ஆட்டோல.’

‘சரி, என்ன விஷயம்?’

‘நீ சொன்னதை யோசித்துப் பார்த்தேன். எனக்குச் சொல்லிக்கிறதுக்கு யாரும் இல்லை. ஆபீஸ்ல என்கூடப் பழகின முறைல நீ ஒருத்திதான் என் சிநேகம். என் உறவுன்னுகூடச் சொல்லலாம். அதனால உங்கிட்டச் சொல்லறதா தீர்மானிச்சுட்டேன். சொன்னா எனக்கு நிச்சயம் ஆறுதல் கிடைக்குமாங்கிறது சந்தேகம்தான். இருந்தாலும் சொல்லாம என்னால இருக்க முடியாது. நான் சொல்லப்போறது ரொம்ப அந்தரங்கமானது.

யார் கிட்டயும் சொல்லமாட்டேன்னு... உன்னை நான் நம்ப றேன், சொல்லமாட்டியே?'

'சொல்லலை.'

'சத்தியம் பண்ணிக்கொடு' என்று கையை நீட்டினான்.

கையில் அடித்தாள்.

'பொம்பளைங்க எல்லாம் சத்தியம் செய்து மீர்றதுல எக்ஸ் பர்ட்ஸ்.'

'எல்லாரும் அப்படி இல்லை.'

'எனக்கும் ஒருத்தி இப்படித்தான் சத்தியம் பண்ணிக் கொடுத்தா, தீயை வலம் செய்து சத்தியம் பண்ணிக் கொடுத்தா. சுபா, சமீபத்தில் நான் சித்தர் பாட்டுக்களையும் கல்யாண மந்திரத்தின் அர்த்தங்களையும் நிறையப் படிச்சேன். கல்யாணம்! 'நீயும் நானும் கிழமானால்கூட ஒருத்தரை ஒருத்தர் பிரியாதபடி உன் கையைப் பிடிச்சேன். பரஸ்பரம் ருசியுள்ளவர்களாகவும் நல்ல மனம் உள்ளவர்களாகவும் இருப்போம். மனமும் உடலும் ஒருத்தருக்கொருத்தர் விசுவாசமாக இருப்போம்'னு சத்தியம் வாங்கிக்கொண்ட கல்யாணம். உடல் மட்டும் அல்ல. மனம் சுபா! கொஞ்சம் நிதானமாவே கேளு. அப்பா அம்மா பார்த்து குலம் கோத்திரம் விசாரிச்சு எனக்கும் பிடித்துப்போய் கல்யாணம் பண்ணிக்கொண்ட பெண்டாட்டி எனக்குத் துரோகம் செஞ்சா!'

சுபாவின் உதடுகள் இறுகின, 'ஒரு விதத்துல இந்தச் செய்தியை நான் எதிர்பார்த்தேன் சார்.'

'நீ அவளைப் பார்த்திருக்கியா?'

'இல்லை, உங்களைப் பார்த்திருக்கிறேன்...'

'முதல்ல நான் நம்பவே இல்லை சுபா. இதெல்லாம் கதைகள்ள தான் நடக்கும். ஒரு மரியாதைப்பட்ட குடும்பத்தில் நடக்கவே நடக்காதுன்னுதான் நினைச்சுக்கிட்டு இருந்தேன்.'

'இல்லை சார், இப்பல்லாம் சகஜமா நடக்கிறது.'

'நான் நடக்காதுன்னுதான் நினைச்சேன். அவன் யாரு? எந்த ஊர்க் காரன். பேரு... ஏதோ பேரு. காண்ட்ராக்டர். அவளை விடச் சின்னவன். என் ஒய்ஃபை நீ பார்த்ததில்லை. அழகாத்தான்

இருப்பா. ஆண் பிள்ளைங்க எல்லாம் அவளைப் பார்க்கறாங் கன்னு பெருமைப்பட்டுக்கிட்டு இருந்தேன். பக்கத்து மனைல காண்ட்ராக்ட் எடுக்க வந்தவன் வீட்டுக்குள்ள புகுந்துட்டான். சுபா, நீ ஒரு பெண்! ஒரு பெண்ணைச் சோரம்போக வைக்கிறது எது சொல்லு?'

சுபா யோசித்தாள். 'வளர்ந்த விதம்னு சொல்லலாம். காரணம் ரொம்பச் சிக்கலானது. உங்களுக்கும் அவளுக்கும் குடும்ப வாழ்க்கை ரீதில குறைபாடு இருந்ததா?'

'இருந்ததாத் தெரியலை. நான் கொஞ்சம் சாது. டிமிட் டைப்! அவளுக்கு ஃபிஸிக்கலாப் பொருத்தமில்லை... ஆனா...'

'அது காரணம் இருக்காது.'

'அவன் அடிக்கடி வரது, டிக்கெட் கொடுக்கிறது. மோட்டார் சைக்கிளை பார்க் பண்றது. நல்லா சரளமா பேசிக்கிறது எல்லாமே தெரிஞ்சும் நான் அவளைச் சந்தேகப்படலை. சந்தேகப்படவும் விரும்பலை. எல்லாத்துக்கும் ஒருவிதமான எக்ஸ்ப்ளனேஷன் எனக்குக் கிடைச்சுக்கிட்டே இருந்தது. ஆனா ஒரு முறை கண்ணால பார்த்துட்டேன்... சுபா! அன்னைக்கு ஒரு தங்க மோதிரம் வாங்கிட்டுப் போனேனே. நீகூட வாழ்த்தெல் லாம் டைப் அடிச்சுக் கொடுத்தியே, ஞாபகம் இருக்கா?'

'மை காட்! உங்க வெடிங் அனிவர்ஸரி!'

'அன்னிக்கு என்னோட படுக்கைல, என் வீட்டுல, என் மனைவியோட.... மை காட்! இட்ஸ் சம்திங் யூ மஸ்ட் கோ த்ரூ! அப்பத்தான் புரியும். ஒருவிதமான அருவருப்பு அமிலம் மாதிரிப் பொங்கிச்சு! அந்த நிமிஷமே ரெண்டு பேரையும் கடப்பாரை எடுத்துப் பொளந்து கட்டும்படியான ஆத்திரம் வந்தது. அதுக்குப் பதிலா என்ன செஞ்சேன்? பேசாம வந்துட்டேன்! என்னைப் போலக் கோழை இருக்க முடியுமா சொல்லு! நீ அன்னைக்கு என்னைக் கேட்டது ஞாபகம் இருக்கா. 'உங்க மனைவி உங்களுக்கு என்ன திருமண நாள் பரிசு கொடுக்கப் போறா'ன்னு கேட்டியே, கொடுத்துட்டா! அதான் பரிசு... அந்தக் காட்சி! பீப் ஷோ! கேக்கணும் கேக்கணும்னு மென்று முழுங்கித் தயங்கி, கேக்கற வேளை வந்தபோது தற்செயலா செய்தித்தாள்ல ஒரு செய்தியைப் பார்த்தேன். அது என்னைத் திசை திருப்பிருச்சு. அந்தச் சோப்புக் கொலைகாரன் தொடர்ந்து செஞ்ச கொலைங்களைப் பத்தின செய்தி!'

‘ஆமா... அதுக்கும் இதுக்கும்...’

‘அவனுடைய நாலாவது கொலைய நான் செய்யறதாத் தீர்மானிச்சேன்!’

‘அய்யய்யோ! என்ன சார் சொல்றீங்க? என்ன விபரீதம் இது!’

‘மைசூர் போறதுக்கு முன்னாடியே தீர்மானிச்சுட்டேன். மைசூர்ல இருக்கிறாப்பல பாசாங்கு... அலிபை...’

‘ஓ மை காட்!’

‘மைசூர்ல யாரைப் பார்க்கறேன்? மஞ்சுவை!’

‘அவனைக் கொன்னுட்டிங்களா அங்க?’

‘இல்லை! அப்பவாவது எனக்குத் தைரியம் வந்ததா? அவனை அங்கேயே கொலை பண்ணலாமான்னு ஆத்திரம்தான் வந்தது. கொலை செய்யலை. என் ரூமுக்கே வந்து கடலையைக் கொறிச்சிக்கிட்டு என் மனைவியைப் பத்தி உயர்வாப் பேசறான். மிடில் ஈஸ்ட் காண்ட்ராட்க் எடுக்க மனு போட்டிருக்கானாம். தஸ்தூர் கம்பெனில டைரக்டர் மூலமா அவனுக்கு சிபாரிசு பண்ணவேண்டி எங்கிட்டயே கேக்கறான். என் மனைவியை எடுத்துக்கிட்டான்! ‘நான் ரொம்ப நல்லவன் சார். உங்க மனைவியைக் கேட்டு பாருங்க’ங்கறான். சிபாரிசு கேக்கறான். என்னைவிடப் பெரிய ஏமாளி இந்த உலகத்தில் இருக்க முடியுமா சொல்லு? அவனைக் கொல்லத் தைரியம் வரலை. அவளைத் தான்... எனக்குள்ள பத்திரமாப் பூட்டி வெச்சிருந்த ஆத்திரமெல் லாம் சேர்ந்துக்க என்னை இப்படி ஏமாற்றினவளைத் தண்டிக்க முடிவு செய்துட்டேன். முடிவு சரியோ தப்போ அதைப்பத்திக் கவலை இல்லை. குடிச்சுட்டு என் ரூம்லயே குறட்டைவிட்டுத் தூங்கறான். அவனை ஒண்ணும் பண்ணலியே! நான் ராத்திரியெல் லாம் யோசிச்சுப் பார்த்தேன். ஏன் இப்படி இருக்கேன்? என்னை இந்த நிலைக்குக் கொண்டுவந்த சாரதாவை உள்ளே புகைஞ்சிக் கிட்டு இருக்குற ஆத்திரமெல்லாம் வடியும்படியாக் கொல்ல ணும்னு தீர்மானிச்சுட்டேன்...’

சுபா அவனை வெறித்துப் பார்த்துக்கொண்டிருந்தாள். அவள் கரங்கள் நடுங்கின.

'சர்வே வேலை முடிஞ்சது. பஸ் பிடிச்சேன். ஆட்டோல ஏறினேன். வீட்டுக்கு வந்தேன். கதவைத் திறந்தேன். மத்தியான வேளை. தூங்கிட்டு இருந்தா. சுத்தியல், கயிறு எல்லாம் முன்னமேயே தயாரிச்சு வெச்சிருந்தேன். எல்லாத்தையும் எடுத்துக்கிட்டேன். நேரா அவ படுக்கையடிக்குப் போனேன். உயர்த்தினேன். ஒரே போடு!

'ஓ, நோ... சொல்லாதீங்க! சொல்லாதீங்க!'

'முடியலியே சுபா! போட முடியலியே! அதுக்குத் தைரியம் வரலியே!' பாலகிருஷ்ணன் விசித்து விசித்து அழ ஆரம்பித் தான்.

'கொல்லலையா?' என்றாள் மூச்சை விடுவித்துக்கொண்டு.

'இல்லை! என் ரத்தத்தில் அந்த மூர்க்கம் இல்லை சுபா. என் கண்ணுக்கு முன்னால துரோகம் செய்தவளைப் பழி தீர்த்துக்க எனக்குக் கிடைச்ச அருமையான சந்தர்ப்பத்தைப் பயன்படுத்திக்க எனக்குத் தைரியம் இல்லை. சாமர்த்தியம் இல்லை. ரத்தத்திலே துடிப்பு கிடையாது. இதயம் இல்லை! நான் மனுஷனே இல்லை! அலி! நபும்சகன்!'

சுபா அவன் கையைப் பற்றி, 'இல்லை சார்! யு ஆர் எ நார்மல் பெர்சன்!' என்றாள்.

அவள் கையைக் குழந்தைபோல இறுகப் பிடித்துக்கொண்டான்.

'எழுந்திருக்கிறா. என்னைப் பார்க்கறா. அப்பவாவது பளிச் சுன்னு கேட்டனா? இல்லை!

''என்ன இது? மைசூர்லருந்து ஒரு நாள் முன்னமேயே வந்துட்டிங்களா?'ங்கறா.

''ஆமாம் சாரதா.'

''என்னது கைல சுத்தியல் கயிறு எல்லாம்?'

''வராந்தால கொடி கட்டச் சொன்னியே, அதைக் கட்டி முடிச்சுரலாம்னு...'

'இவ்வளவுதான் சொன்னேன் சுபா. உனக்குச் சிரிப்பு வரலை?'

தப்பித்தால் தப்பில்லை / 51

'இல்லை சார்!'

'பிரச்னை இன்னும் தீரவே இல்லை! எப்படித் தீர்க்கிறது? புரியலை சுபா! தற்கொலை பண்ணிக்கப் பயமா இருக்கு. அதிலயும் ஒரு கோழைத்தனம்தான்!'

'கோழைத்தனம் இல்லை சார். முதல்ல அதைப் புரிஞ்சுக்குங்க! இட்ஸ் நாட் கவர்டிஸ்!'

'பின்ன என்ன இது?'

'உங்க குணம்! உங்க ரத்தத்தில வயலன்ஸ் கிடையாதுன்னு சொன்னீங்க பாருங்க. அதுதான் உண்மை! உங்களுடைய நல்ல மனசு, உங்களைக் கொடுமைப்படுத்தறவங்களைக் கூடத் துன்புறுத்த விரும்பலை. பாலகிருஷ்ணன் சார், இதைக் கோழைத்தனமாவே நீங்க நினைக்காதீங்க. அவளைக் கொலை பண்ண நினைச்சது முட்டாள்தனம். அவ்வளவுதான்.'

'ஏன்?'

'உங்க மனைவியோட துரோகம் அத்தனை பெரிசில்லை. மரண தண்டனை கொடுக்கற அளவுக்கு.'

'என்ன சொல்ற சுபா?'

'உங்களைப்போல அமெச்சூர்த்தனமா யாரும் கொலை பண்ண நினைச்சிருக்க முடியாது. சோப்புக் கொலைகாரனாம்!அவன் பண்றாப்பல நீங்க பண்றீங்களாம்! அலிபையாம்! என்ன சார் இதெல்லாம்! உங்களுக்கு ஒரு விஷயம் தெரியுமா? அந்தச் சோப்புக் கொலைகாரன் அகப்பட்டாச்சு! நீங்க மைசூர் கிளம்பின மறுநாளே அகப்பட்டாச்சு! தப்பிச்சீங்க! எதாவது அந்த மாதிரி பைத்தியக்காரத்தனமா செஞ்சிருந்தீங்க, முதல்ல உங்களைத்தான் அரஸ்ட் பண்ணியிருப்பாங்க. கொலை செய்யறது அத்தனை எளிதில்லை சார். மறுபடி சொல்றேன், இந்தக் குற்றத்துக்குத் தண்டனை ரொம்பப் பெரிசு!'

'என்ன சுபா இப்படிச் சொல்றே?'

'என்ன ஆயிடுத்து? உங்க மனைவி உங்களைத் துன்புறுத்தினாங் களா? வேதனை வலி எதையாவது ஏற்படுத்தினாங்களா? ரத்தம்

சிந்த வெச்சாங்களா? நீங்க அந்தச் சம்பவத்தைப் பார்க்கவே இல்லைன்னு வெச்சுக்கங்க. அன்னைக்குக் கொஞ்ச நேரம் லேட்டாவே போயிருந்தீங்கன்னு வெச்சுக்குங்க. என்ன ஆகியிருக்கும்? ஒரு பொண்ணு படுக்கைல படுத்திருந்தாங்கறது ஒரு தகவல். அந்த ஒரு மன பிம்பத்துக்காக அவள் சாகணுமா?'

'என்ன சுபா இது? டார்ச்சர் இல்லையா அது?'

'என்ன விதமான டார்ச்சர்?'

'மெண்டல் டார்ச்சர்!'

'சரி. ஒப்புத்துக்கறேன். மனசில துன்பம் ஏற்படுத்தினதுக்காக ஒருத்தர் சாகணுமா? அப்படிப் பார்த்தா நிறையப் பேர் சாகணும்.'

'பழி வாங்கவேண்டாமா?'

'பழிகிழின்னு பேசாதீங்க. நீங்க அந்தச் சாதியில்லை. சாரதா உங்களுக்கு மனத்தில கொடுமை இழைச்சாங்க. அதுக்காக அவங்களைக் கொல்ல நினைச்சது தப்பு!'

'பின்ன?'

'யோசிச்சுப் பாருங்க சார். அதே மனக் கொடுமையை நீங்க அவங்களுக்கு இழைக்க முடியாதா?'

'எப்படி?'

'சொல்றேன். உங்க மனைவி படிச்சிருக்காங்களா?'

'அதிகம் படிச்சதில்லை.

'சொந்தமா வசதியுண்டா பிறந்த வீட்டில்?'

'இல்லை. ஏழைக் குடும்பம்.'

'உங்களை விட்டா பொருளாதார ரீதில அவங்களுக்கு வேற கதி உண்டா?'

'கிடையாது. டிவோர்ஸ் பண்ணிரலாமா? அதையும் யோசிச் சேன்.'

'கூடாது! தப்பிச்சுடுவாங்க. பணம் எல்லாம் நீங்க கொடுக்க வேண்டியிருக்கும். டிவோர்ஸ்ங்கறது தண்டனையே இல்லை. சார், நான் ஒண்ணு சொல்றேன். கேப்பீங்களா? அவன் பேர் என்ன?'

'மஞ்சுநாத்.'

'அந்த மஞ்சுநாத்தை முதல்ல விலக்குங்க!'

'எப்படி?'

'மிடில் ஈஸ்ட் காண்ட்ராக்ட்டுக்கு டைரக்டர்கிட்ட சிபாரிசு பண்ணும்படி உங்ககிட்டக் கேட்டான் இல்லையா?'

'ஆமாம்.'

'டைரக்டர் நீங்க சொன்னாக் கேப்பாரு. டைரக்டர் சொன்னா தஸ்தூர்ல நிச்சயம் கேப்பாங்க. முதல்ல அவனுக்கு அந்த வேலையை வாங்கிக் கொடுங்க. அவனை இந்தத் தேசத்தைவிட்டு நீக்கறது ரொம்ப முக்கியம்!'

'சாரதாவையும் கூட்டிக்கிட்டுப் போயிட்டான்னா?'

'போக மாட்டான். ஒரு கல்யாணமான பெண் பிள்ளையை அழைச்சிக்கிட்டா போவான்? முதல்ல சவுதில அனுமதிப்பாங்களா? சொல்லுங்க. என்னோட கணிப்பின்படி அவன் ரொம்ப சுய நலக்காரன். அந்த வேலை கிடைச்சுதுன்னா உங்க மனைவியைக் கைவிடத் தயங்கமாட்டான்.'

'ஆமாம். அவன் அப்படிப்பட்ட ஆளுதான்.'

'உங்களைப் போல் சாதுவான நல்ல ஆசாமியை ஏமாற்றி ஒரு கொலை செய்யற விளிம்புவரை போகவைச்சு மெண்டல் டார்ச்சர் கொடுத்த பொண்ணுக்குக் காதலனைப் பிரிகிறதால மட்டும் தண்டனை பூர்த்தி அடையாது!'

'பின்ன?'

'நீங்க அவளை மற்றவனோடு பார்த்தபோது என்ன மாதிரி மனசில துடிச்சிருப்பீங்க. அந்த மாதிரி அவளும் துடிக்க வேண்டாம்?'

'எப்படி?'

சுபா மேஜையிலிருந்து எழுந்தாள். மெல்ல அவனை அணுகினாள். 'உங்களை ரெண்டரை வருஷமா தூரத்தில் இருந்துதான் கவனிச்சிக்கிட்டு வந்திருக்கேன். உங்க உள் மனசை, உங்க சுபாவத்தைத் தெரிஞ்ச ஒரே பெண் நான்தான் சார்.'

'சுபா, நீ என்ன சொல்றே?'

'பாலகிருஷ்ணன்! உங்களுக்குத் தேவை ஆறுதல். உங்க இயற்கையைப் புரிஞ்சுகொண்ட சிநேகிதி. நீங்க கோழை இல்லை. உங்க உள்மனத்தில ஒரு பிரகாசம், ஏன் அழகுகூட இருக்கு. நான் கவனிச்சிருக்கேன்!'

'புரியலை சுபா.'

'புரியலையா? எங்க, கையைக் காட்டுங்க பார்க்கலாம்.'

பாலகிருஷ்ணன் தயக்கத்துடன் கையை அவளிடம் கொடுக்க, அவள் அதை மெல்ல வருடித் தன் முகத்தின்மேல் வைத்துக் கொண்டாள். 'அழாதீங்க, அழக்கூடாது.'

பாலகிருஷ்ணன் பிரமித்தான். அந்தக் கை அவள் மார்பின்மேல் பட்டது. அவள் அதை அனுமதித்தாள். சற்று நேரம் முற்றிலும் புதிய இந்த அனுபவத்தின் திகைப்பில் இருந்தான். மற்றொரு கையை அவள் தொடைமேல் வைத்தான்.

'உங்களைப் பார்த்த முதல் நாளில் இருந்தே உங்களை எனக்குப் பிடிச்சுப்போயிடுச்சு. சொல்றதுக்குச் சந்தர்ப்பமே வரலை. இப்பத்தான்... இப்பத்தான்... என்ன செய்யறிங்க...'

'ஸாரி சுபா!'

'ஸாரியெல்லாம் வேண்டாம்!' என்று அவன் கையால் தன் உடல் முழுவதும் தடவிக் கொடுத்தாள். டெலிபோன் ஒலித்தது. அதை எடுத்தாள்.

'ஹலோ...'

இருக்காரு. நீங்க யார் பேசறது?

'இட்ஸ் ஃபார் யூ ஸ்வீட்ஹார்ட்!'

மஞ்சுநாத் என்று சைகை செய்து அவனிடம் கொடுத்து மடிமேல் உட்கார்ந்துகொண்டாள்.

'என்ன மஞ்சு?'

'சார், அந்த தஸ்தூர் காண்ட்ராக்ட் விஷயமா...'

'ஓ யெஸ். நாளைக்கு முதல் காரியமா டைரக்டரைப் பார்த்துச் சொல்லிர்றேன்... சுபா இரு. கொஞ்சம் தொந்தரவு பண்ணாத... அப்ளிகேஷன் நம்பர் சொல்லு...'

பாலகிருஷ்ணன் நம்பரைக் குறித்துக்கொள்ள, சுபா அவன் கன்னத்தில் சத்தமாக முத்தம் கொடுத்தாள்.

'தாங்க்ஸ் சார். உங்க டைரக்டர் சொன்னா நிச்சயம் ஆயிரும்.'

'சொல்றேன். மிடில் ஈஸ்ட்டுல வேலை கிடைச்சா தனியாப் போவியா?'

'வலது கையை வித்தாவது போயிருவேன் சார்! பக்கத்திலே யாரு?'

'ஒரு ஃப்ரெண்டு! சரி போய்ட்டு வா. ஆல் தி பெஸ்ட்...'

டெலிபோனை வைத்துவிட்டு சுபாவைப் பார்த்தான். 'முதல் பகுதி முடிஞ்சுருச்சு... இனி...' என்று அவள் மார்பின்மேல் முகத்தைப் பதித்தான்.

'இங்க வேணாம்' என்றாள்.

'எங்க போவதாம்?'

'உங்க வீட்டுக்கு' என்றாள். 'உங்க மனைவியை மீட் பண்ணணும்.'